નેટવર્ક માર્કેટિંગ

કેટલું સત્ય કેટલું અસત્ય

ડૉ. ઉજ્જવલ પાટની
આંતરરાષ્ટ્રીય ટ્રેનર, મોટિવેશનલ સ્પીકર તેમજ પ્રખ્યાત લેખક

ડાયમંડ બુક્સ
www.diamondbook.in

■ એ બધા પ્રબંધન વિશેષજ્ઞો, પ્રેરકો અને મહાનાયકોનો આભાર, જેમના ક્રાંતિકારી વિચારોથી આ કૃતિ સમૃદ્ધ થઈ

■ પ્રેમ, અથાગ વિશ્વાસ અને પ્રેરણા હેતુ પરિવારના સદસ્યોનો આભાર.

પ્રકાશક : ડાયમંડ પૉકેટ બુક્સ પ્રા. લિ.
X-30, ઓખલા ઇંડસ્ટ્રિયલ એરિયા, ફેઝ-II,
નવી દિલ્હી-110020

ફોન : 011- 40712200

ઈ-મેઈલ : sales@dpb.in

વેબસાઈટ : www.diamondbook.in

સંસ્કરણ : 2019

મુદ્રક : Repro (India)

KETLU SATYA KETLU ASATYA (GUJRATI)
નેટવર્ક માર્કેટિંગ કેટલું સત્ય કેટલું અસત્ય
By - Ujjwal Patni

અનુક્રમણિકા

મારા
મનની વાત...

તમે નેટવર્ક માર્કેટિંગના ક્ષેત્રમાં જૂના છો, તમે જ્ઞાની છો, તમને આ ફીલ્ડ વિશે બધી જ જાણકારી છે, તમને સારી નેટવર્ક કંપનીઓની જાણકારી છે, તમે અનેક શ્રેષ્ઠ લેખકોની પુસ્તકો વાંચી છે, તમે એકથી વધીને એક ટેપ સાંભળી છે અને વીડિયો જોઈ રહ્યાં છો, તમે નેટવર્ક માર્કેટિંગ પર શાસ્ત્ર લખવાની યોગ્યતા રાખો છો.

"પરંતુ શું તમે ડાયમંડ છો"

તમે કેટલું જાણો છો, તે મહત્ત્વપૂર્ણ નથી. મહત્ત્વપૂર્ણ એ છે કે તમે કેટલો અમલ કરો છો. બની શકે છે કે તમે ૧૦૦ સૂત્ર જાણો છો પરંતુ ફક્ત ૫ સૂત્રોનું જ પાલન કરતાં હો અને બીજો એક વ્યક્તિ ફક્ત ૨૦ સૂત્ર જાણે છે પરંતુ એમાંથી ૧૫નું પાલન કરે છે, તો તે બીજો વ્યક્તિ સફળતા માટે તમારાથી વધારે યોગ્ય છે.

સુપ્રસિદ્ધ ફિલ્મ 'લગાન'નો એ સીન યાદ કરો, જ્યાર સરદાર દેવાસિંહ આવીને ટીમમાં સામલ થવાની ઈચ્છા જાહેર કરે છએ. આ સાંભળીન ઍલિજાબેથ પૂછે છે તમે ક્રિકેટ વિશે શું જાણો છો? દેવાસિંહ જવાબ આપે છે - હું ફક્ત બે વાત જાણું છું કે જ્યારે પણ દડો ફેંકૂ તો વિકેટ વિખેરી દઉં અને જ્યારે પણ દડાને મારું તો દડો સીમાની બહાર જઈને પડે.

આ જ લાઈનોમાં જીવનનો મર્મ છુપાયેલો છે. તમે એટલી જ વાતો જાણો જેટલી વાતો કામની છે અને એના પર પૂરી તાકાત લગાવી દો તો તમારી સફળતાને કોઈ રોકી નહીં શકે. અને તમારી પાસે જ્ઞાનનો ભંડાર તો ખૂબ જ વિશાળ છે, પરંતુ ઉપયોગમાં આવતો નથી તો તમારી અસફળતાને કોઈ રોકી નહીં શકે. આ પુસ્તકને વાંચ્યા પછી તમારી કેટલીય ધારણાઓ તૂટી જશે, કેટલીક વાતો પર વિશ્વાસ થશે તો કેટલીક વાતો પર અવિશ્વાસ, પરંતુ એક વાત સત્ય છે કે તમારી વિચારવાની પ્રક્રિયા શરૂ થઈ જશે. એક વખત વિચારવાની પ્રક્રિયા શરૂ થઈ જશે તો સુધરવાની પ્રક્રિયા પણ શરૂ થઈ જશે.

આ પુસ્તકને અમલી જામો પહેરાવવાનું સાહસ મને ''નેટવર્ક માર્કેટિંગ - જુડો જોડો જીતો''ની અપાર સફળતાથી મળ્યું. દરરોજ સવારે પાંચ વાગ્યાથી લઈને રાત્રિના બે વાગ્યા સુધી વાચકોના ફોન કૉલ્સએ મને પ્રેરણા આપી. મને સત્યતાનું જ્ઞાન થયું કે કેટલી વધારે સંખ્યામાં આ વેપારના માધ્યમથી સોનેરી ભવિષ્યના સપના જોડાયેલા છે. મને ટ્રેનિંગનો અવસર આપવાવાળી કંપનીઓના ઈ-મેઈલ, પત્ર અને ફોનથી સ્નેહ વ્યક્ત કરવાવાળા વાચકોનો તથા મારા પર વિશ્વાસ કરવાવાળા પરિવારજનોનો હું હૃદયથી આભારી છું. આ પુસ્તકને લખવા દરમિયાન મારા ઘરમાં લક્ષ્મીના રૂપમાં મારી નાની દિકરી ''કિરન્યા''નું આગમન થયું, જેનાથી મારા પરિવારને સંપૂર્ણતા મળી. નાની ''કિરન્યા''ને આ પુસ્તક પપ્પાની પ્રથમ ભેટ છે...,

આભાર, ધન્યવાદ

આ પ્રામાણિક પુસ્તક તમારી પ્રતિક્રિયાની રાહ જોશે.

Ujjwal Patni

મારા જીવનની પ્રાર્થના

નીચે લખેલી પ્રાર્થના મેં ખુદના પ્રશિક્ષણ કાર્યક્રમો માટે લખી હતી અને આજે હજારો લોકો આને પોતાની જીવનનો હિસ્સો બનાવી ચુક્યાં છે. તમે પણ આને અપનાવી શકો છો.

પ્રભુ, તુમ મજે શક્તિ દો, ખુદ પર કરું વિશ્વાસ
મેરે લિયે હૈ જમીં, મેરે લિયે હૈ આકાશ

જો કુછ ભી મૈં ઠાન લૂ, પૂરા મૈં ઉસકો કરું,
ચાહે હો બાધા કોઈ, ન મૈં રુકૂં ના ડરૂં,

ઉન સબકો મેરા નમન, જિનસે યહ જીવન મિલા,
ગુરુજન ઔર માતા પિતા, ત્રુટિયોં કો કરના ક્ષમા,

પાના હે મુજકો શિખર, ખુશિયાં હી ખુશિયાં જહાં,
સપને હૈં મેરે બડે, પ્રભુ રખના અપની દયા...

ડાયરેક્ટ સેલિંગ ઈન્ડસ્ટ્રીનું ટર્નઓવર

૨૦૧૦-૧૧ : ૫૨૨૯ કરોડ
૨૦૧૧-૧૨ : ૬૩૮૫ કરોડ
૨૦૧૨-૧૩ : ૭૧૬૪ કરોડ

ભારતીય ડાયરેક્ટ સેલિંગ ઍસોસિએશન
વાર્ષિક સર્વે રિપોર્ટ ૨૦૧૨-૧૩

નેટવર્કર
પરાસ્ત કેમ થાય છે...
૧૫ કારણ

"લોકો ડૂબે છે તો સમુદ્રને દોષ આપે છે,
પડાવો ના મળે, તો મુકદ્દરને દોષ આપે છે
ખુદ તો ક્યારેય સંભાળીને ચાલતાં નથી,
જ્યારે લાગે છે ઠેસ, તો પથ્થરને દોષ આપે છે"

સીધા ફેસબુક પેજ UJJWAL PATNI થી

કોઈથી પણ કશું પણ માગવાથી ના અચકાઓ
કોઈથી પ્રેરણા માગો, કોઈથી અવસર માગો,

યાદ રાખો, દુનિયામાં કોઈની હેસિયત
"ના" બોલવાથી વધારે નથી હોતી

અને કોઈ ના મળે તો ઉપરવાળાથી માગો
ફરિયાદમાં દમ હશે તો એણે પણ સાંભળવું પડશે.

Ujjwal Patni

કારણ - ૧

નેટવર્ક વેપારને ગંભીરતાથી લેતા નથી

મને એવું જણાવતાં સહેજપણ અફસોસ થતો નથી કે મોટાભાગનાં નેટવર્કર એમ.એલ. એમ.ને પોતાનો વેપાર માનતા નથી. તેઓ તેને એક ટાઈમપાસ ગણીને પ્રવેશ કરે છે, ટાઈમ પાસની જેમ જ આ વેપારને કરે છે અને એ જ પ્રમાણે વેપારને છોડીને તેમાંથી નીકળી જાય છે.

એક નાનકડો પાનનો ગલ્લો લગાવનાર, કેન્ટીન કરનાર કે અન્ય વેપાર કરનાર પણ પોતાના વેપારને નેટવર્કરની સરખાંમણીમાં વધારે ગંભીરતાથી કરતાં હોય છે.

નેટવર્કર જ્યારે ઇચ્છે ત્યારે કામ કરે છે, જ્યારે ઇચ્છે ત્યારે કામ છોડીને ઘેર બેસી જાય છે. કેટલાંક લોકોએ કોઈ વાંધો લીધો તો નિરાશ થઈ જાય છે. કેટલાંક લોકોએ અપમાન કર્યું તો વેપાર છોડવાનો નિર્ણય કરી લે છે.

આનાથી વિપરિત પરંપરાગત વેપારમાં કોઈ દિવસે ગ્રાહક આવે કે ન આવે, દુકાનદાર પોતાની દુકાન ખૂલ્લી રાખીને જ બેસે છે. ગ્રાહક માલ ખરીદે કે ન ખરીદે, તેઓ પોતાના દરેક ગ્રાહક સાથે વિનમ્રતાથી જ વાત કરે છે. એ એવા દરેક પ્રયાસો કરે છે કે જેનાથી તેની દુકાન ચાલે. પરંપરાગત વેપારમાં વ્યક્તિ પોતાના કામને ગંભીરતાથી લે છે અને તેના પ્રત્યેક પાસાઓની જવાબદારી પણ પોતાની માને છે.

નેટવર્કર હંમેશાં ભાવનાઓથી પ્રેરાઈને વેપાર કરે છે
અને "ના" સાંભળી શકતા નથી
આથી જલ્દી વેપારને છોડી દે છે. જો તેઓ આ વેપારને
ગંભીરતાથી કરતાં તો કોઈ કારણ
નથી કે તેઓ નેટવર્ક માર્કેટિંગમાં નિષ્ફળ થાય.

નેટવર્કરે આ વેપારને પ્રત્યેક દિવસે નિશ્ચિત સમય આપીને, સંપૂર્ણ સમર્પણ સહિત, વેપારમાં જોડાનાર કે ન જોડાનારને એક સમાન સન્માન આપી, એક દીર્ઘ કાળની યોજનાની સાથે કાર્ય કરવું પડશે.

ડાયમંડ સૂત્ર

આજથી સોગંદ લો કે પોતાના વેપારને ગંભીરતા સાથે કરશો.

કારણ -૨

તેઓ આ બિઝનેસને પોતાનો બિઝનેસ ગણતાં નથી

નવા જોડાનારા વ્યક્તિ એવું માની લે છે કે આ બિઝનેસને વિકસિત કરવાની જવાબદારી અપલાઇનની છે. અમુક સમય પછી જ્યારે તેની નીચે ડાઉન લાઇન આવી જાય ત્યારે તેવું માની લે છે કે મારા બિઝનેસને વિકસિત કરવાની જવાબદારી હવે ડાઉન લાઇનની છે. એ પોતાના બિઝનેસને ક્યારેય પોતાનો ગણતાં જ નથી. આવા લોકોને ક્યારેક કંપનીમાં અવગુણ દેખાવા લાગે છે, ક્યારેક પોતાની અપલાઇનને દોષિત માનવા લાગે છે તો ક્યારે ડાઉન લાઇનને દોષિત માનવા લાગે છે.

એવું ભાગ્યે જ જોવા મળે છે કે કોઈ નેટવર્કર પોતાની
નિષ્ફળતાની જવાબદારી પોતાના માથે લઈ લે છે.
જ્યારે તેઓ હૃદયથી આ બિઝનેસને પોતાના બિઝનેસ ગણતાં
જ નથી તો તેઓ તેને શિખર સુધી ક્યારે લઈ જઈ શકે નહીં.

જે વસ્તુ આપણી હોય છે તેના પ્રત્યેની આપણી સંવેદના ઘણી વધારે હોય છે. જો કોઈ વ્યક્તિ સિનેમા હૉલની સીટ ઉપર બ્લેડ ફેરવી દે તો તેનાથી તમને એટલું દુઃખ નહીં થાય, જેટલું દુઃખ કોઈ તમારા સોફા ઉપર બ્લેડ ફેરવી દે ત્યારે થાય છે. જો કોઈ બીજાનું બાળક માટીમાં રમી રહ્યું છે તો એની એટલી દરકાર નહીં કરો પરંતુ જો તમારું બાળક માટીમાં રમી રહ્યું છે તો તમે તેને તરત જ સાફ કરશો.

બરાબર આવી જ રીતે તમારું હૃદય, મગજ અને આત્મા જે વેપાર સાથે જોડાયેલાં હોય છે, એ વેપાર કોઈ પણ કિંમતે નિષ્ફળ નીવડી શકે નહીં, કારણ કે તમે દરેક ક્ષણે તેની દરકાર રાખો છો.

જ્યારે કોઈ નેટવર્કર આ વેપારને પોતાનો વેપાર ગણે છે ત્યારે તેની પીડા અને સંવેદનશીલતાની માત્રા એ વેપાર પ્રત્યે વધારે હોય છે. જ્યારે સંવેદના વધારે હોય છે, ત્યારે તેઓ એ વેપારને આગળ વધારવા માટેના નીત નવા પ્રયાસો કર્યા કરે છે. તેઓ નવા લોકોને મળે છે, જોડાય છે, શીખે છે, શીખવે છે, અને ગમે તે ભોગે વેપારે વિસ્તારવાના સ્વપ્નાઓ નિહાળે છે. તેઓના મનમાં એવો વિચાર ક્યારેય નથી આવતો કે આ વેપારે છોડી દેવામાં આવે, કારણ જે વસ્તુ આપણી પોતાની હોય તેને કેવી રીતે છોડી શકાય.

◆ ડાયમંડ સૂત્ર ◆

આજથી સોગંદ લો કે ગમે તે પરિસ્થિતિમાં
વેપારને છોડવા અંગે વિચારીશું નહીં અને અને
આ વેપારને સો એ સો ટકા પોતાનો ગણીને મહેનત કરીશું

કારણ -૩

નેટવર્કરની પાસે સ્વપ્નાઓ નથી હોતાં

ઘણાં બધાં લોકોની પાસે નેટવર્ક માર્કેટિંગમાં શું સફળતા પ્રાપ્ત કરવાની છે, એને લઈને કોઈ નક્કર સપનું નથી હોતું. કોઈ બીજા તેમને પ્રેરિત કરી દે છે, કોઈની સફળતાથી તેઓ અંજાઈ જાય છે, અથવા તો બીજાની વાતોથી તેઓ નેટવર્કનો એક ભાગ બનવાનો નિર્ણય તો કરી લે છે, પરંતુ બહુધા તેની સાથે પોતાના સ્વપ્નાને જોડી શકતાં નથી.

અમુક લોકો મોટી મોટી વાતો કહેવા ખાતર કહી તો દે છે કે, મારે વિશાળ ઘર જોઈએ છે, મારે લક્ઝરી કાર જોઈએ છે, મારે વિદેશ યાત્રા કરવી છે, મારી પાસે ઢગલાબંધ બેંક બેલેન્સ હોવું જોઈએ પરંતુ તેમને પોતાને એવો વિશ્વાસ હોતો નથી આ ઉપલબ્ધિઓ તેમને ક્યારે પણ પ્રાપ્ત થશે. જ્યારે તમને પોતાને જ એ અંગેનો વિશ્વાસ નથી ત્યારે તમે બીજાની પણ સહાયતા કરી શકતા નથી.

મને આ જણાવતા જરા પણ અફસોસ નહીં થાય કે જે સ્વપ્નાઓ હૃદયથી જોવામાં આવતા નથી, તે જીભના સ્તરે જ સમાપ્ત થઈ જાય છે. જે પણ વ્યક્તિ આ વેપારમાં આવે છે, તેની પાસે ચોક્કસથી કોઈને કોઈ હૃદય સાથે સંકળાયેલું કારણ હોવું જ જોઈએ. સ્વપ્નાવિહોણી વ્યક્તિ આ વેપારમાં ક્યારેય સફળ થઈ શકતી નથી.

તમારી પાસે કોઈ પણ સ્વપ્ન કેમ ન હોય, પોતાના સંતાનોને ઉચ્ચ શિક્ષણ અપાવવાનું સ્વપ્ન, વૃદ્ધત્વમાં ભવ્ય રિટાયરમેન્ટનું સ્વપ્ન, સમાજ સેવામાં યોગદાન આપવાનું સ્વપ્ન, પોતાના જીવનને ઉત્તમ બનાવવાનું સ્વપ્ન, પોતાના માટે શ્રેષ્ઠ મેડિકલ સુવિધાઓ પ્રાપ્ત કરવાનુંસ્વપ્ન કે તમામ લક્ઝરી મેળવવાનું સ્વપ્ન. જોમાત્ર ઔપચારિકતાઓના સ્તરે સ્વપ્ના ઘડશો અને એની સાથે જો તમારું હૃદય જોડાયેલું નહીં હોય, તો એ સ્વપ્ના તમે ક્યારેય સાકાર કરી શકશો નહીં.

જો તમારા સ્વપ્નમાં જોમ જૂસ્સો હશે તો તો કોઈની પણ તાકાત નથી કે તેઓ તમારા સ્વપ્નાઓ તમારી પાસેથી છિનવીને લઈ જઈ શકે. જો સ્વપ્નાઓ જ નથી અથવા તો નબળાં છે ત્યારે તો તેના સાકાર થવાનો પ્રશ્ન જ ઉપસ્થિત થતો નથી.

◆ ડાયમંડ સૂત્ર ◆

પોતાના માટે એક શમણું શોધો અને એ શમણાંને
પ્રત્યેક દિવસ વારંવાર ખુલ્લી આંખથી નિહાળો
અને તેના સાકાર થવાની ઝંખના રાખો.

●●●

કારણ - ૪

તેઓ પોતાના મનની અંદર શરમ અનુભવે છે

નેટવર્ક માર્કેટિંગ કરનારા પોતાના વેપાર અંગે જલ્દીથી જણાવવા ઈચ્છતા નથી. જે લોકોએ તેઓ ઓળખે છે છે અથવા તો જે જગ્યાએ તેઓ બેસે- ઉઠે છે, તેઓને પોતાના વેપાર અંગે જણાવતા તેઓ ખચકાટ અનુભવે છે.

જ્યારે કોઈ પૂછે છે કે આપ શું કામ કરો છો ત્યારે તેઓ હંમેશાં અસત્ય જણાવી કોઈ બીજા કામ અંગે જણાવી દે છે. જેનું કારણ તેમના મનના અતરંગમાં ખચકાટ કે લઘુતાગ્રંથિ રહેલી હોય છે.

જે વેપારનું સન્માન તમે નહીં કરો, જે વેપાર સાથે હૃદયથી નહીં જોડાઓ તો કઈ રીતે તમારો વેપાર સફળ થશે. જે કામ કરવામાં તમે સ્વયં શરમ કે હીનભાવના અનુભવો છો તો અન્ય એ કામ માટે તમારી સાથે કઈ રીતે જોડાશે?

સૌ પ્રથમ આપે એ સમજવું પડશે કે આ કોઈ સામાન્ય વેપાર નથી. આપણે એ વાત પણ સ્વીકારવી પડશે કે ભલે તેમાં રોકાણ ઓછું છે પરંતુ એમાં એવી તાકાત છે કે મોટા સ્વપ્નોને પણ સાકાર કરી શકે છે.

આપણે એવા લોકોની અવગણના કરવાની કળાને આત્મસાત કરી લેવીપડશે, જેઓ આપણા ઉપર કટાક્ષ કરે છે વ્યંગબાણ છોડે છે. એવા લોકો ઉપર પોતાના લક્ષ્યને કેન્દ્રિતકરવાને લીધે આપણું મન દુર્બળ બની જાય છે. આપણી અંદર લઘુતાગ્રંથિ આવી જાય છે અને આપણે વેપારમાં સક્રિય ભાગીદારી લેવાની બંધ કરી દઈએ છીએ. તમે તમારા મનમાં રહેલી લઘુતાગ્રંથિ અને શરમને કાઢી નાંખો, અન્યથા તમે ક્યારેય સફળ થઈ શકશો નહીં.

◆ ડાયમંડ સૂત્ર ◆

સોગંદ લો કે તમે તમારા વેપાર અંગે હંમેશાં
ગર્વ અને સન્માનથી વાત કરીશું.

●●●

કારણ - ૫

તેઓ ઉત્પાદનોના જાણકાર નથી હોતાં

જ્યારે કોઈ નેટવર્ક માર્કેટિંગ સાથે જોડાય છે, અપ લાઇન દ્વારા તેને તેના વેપાર અંગેનો અનુભવ થયા વગર જ તેની પાસે તેના સંપર્કોનું લીસ્ટ માંગવામાં આવે છે. તેને એવું પૂછવામાં આવે છે કે તમારા સગાં-સંબધીઓ કોણ છે, તમારા ઓળખીતાઓ કોણ કોણ છે, તમારા કોણ મિત્રો છે, અને તેમને મળવા માટે જણાવવામાં આવે છે. હકીકતમાં તો એક નવા જોડાયેલા વ્યક્તિએ હજુ સુધી ઉત્પાદનોનો ઉપયોગ પણ કર્યો નથી, ન તો તેણે તેને બરાબર સમજેલ છે. આવામાં એ કોઈ પ્રોસ્પેક્ટની સમક્ષ બિઝનેસ સાથે સંકળાયેલ વાતોને કેવી રીતે જુસ્સાભેર રજૂ કરી શકે? તેને હજુ સુધી તો ઉત્પાદનોની ખૂબીઓ અને ખામીઓ અંગે કોઈ જ માહિતી નથી, તો એ સફળ થઈ શકશે નહીં.

દરેક વ્યક્તિને ઉત્પાદનો વિશેની સંપૂર્ણ માહિતી હોવી ખૂબ જરૂરી છે. જો તમે ઉત્પાદનો વિશે સ્વયં જાણતા નથી, તમે તેના યુઝર નથી તો તમે ઉત્પાદના અંગે જુસ્સાભેર વાત કરી શકશો નહીં કારણ કે તમારી ભાવનાઓ જોડાયેલી હોતી નથી. પ્રોડક્ટને પ્રસ્તુત કરતી વેળાએ અસાધારણ આત્મવિશ્વાસ હોવો જ જોઈએ.

પ્રોસ્પેક્ટ જ્યારે ઉત્પાદનો અંગે ઢગલાબંધ પ્રશ્નો પૂછવાનું શરૂ કરે છે ત્યારે એને નેટવર્કરમાં જો ઉણપ કે ખામી નજરે ચઢી જાય છે તો પ્રોસ્પેક્ટ તેના ઉપર હાવી થઈ જશે અને નેટવર્કર ઠંડો પડી જશે. અડધો વેપાર આત્મવિશ્વાસથી વેચાય છે અને અડધો ખૂબીઓથી.

દરેક વ્યક્તિને બિઝનેસ સાથે જોડાયા પછી ઉત્પાદનો અંગેની સંપૂર્ણ માહિતી મેળવી લેવી જોઈએ. અન્ય લોકો કેવા પ્રશ્નો કરી શકે છે તથા તેના શું જવાબો હોઈ શકે, તેની માહિતી હોવી જોઈએ. શક્ય હોય તો ઉત્પાદનોનો સ્વયં ઉપયોગ કર્યા પછી ગુણવત્તાને ચકાસવી જોઈએ. અપલાઇને સમજવું જોઈએ કે શું જણાવવાનું છે અને શું નહીં. માત્ર લોકોને જોડવા ઉપર ફોકસ કરવાને બદલે ઉત્પાદનોની ગુણવત્તા અને તેના મહત્ત્વ સાથે પણ જોડવા જોઈએ. ભવિષ્યમાં જે લોકો નવા ડિસ્ટ્રીબ્યુટર ન જોડાવા ઇચ્છે પણ યુઝર તો બનશે.

ડાયમંડ સૂત્ર

પોતાના ઉત્પાદનો અંગે સંપૂર્ણ માહિતી પ્રાપ્ત કરો
તથા દરેક પ્રશ્નો માટે તૈયાર રહો.

કારણ - ૬

ફીલ્ડમાં ઝંપલાવવાથી પહેલાં એજ્યુકેશન નથી મળતું

ઉત્પાદનો સરખાં છે, પ્લાન સરખાં છે, જુદાં-જુદાં સ્તરે આવક પણ સમાન છે છતાં પણ લોકોની સફળતામાં તફાવત શા માટે આવે છે. આ તફાવત આવે છે નેટવર્ક એજ્યુકેશનથી.જે રીતે શરીરમાં કરોડરજ્જુની અગત્યતા છે, એજ અગત્યતા નેટવર્ક માર્કેટિંગમાં એજ્યુકેશનની છે.

તમે વેપાર અંગે શું જાણો છો?તમે આ વેપારના ઈતિહાસ અંગે શું જાણો છો?તમે પ્રતિસ્પર્ધી કંપનીઓની ખામીઓ અંગે કેટલાં માહિતગાર છો?તમે ડાઉન લાઇન કે અપ લાઇન સાથે કેવો વ્યવહાર કરવો, એ અંગે કેટલું જાણો છો? તમે સરકારી નિયમો તથા કાયદાઓ અંગે કેટલા માહિતગાર છો? તમે લોકોના સંભવિત પ્રશ્નો વિશે કેટલા માહિતગાર છો? આવા અનેક પ્રશ્નોની સંપૂર્ણ માહિતીપ્રાપ્ત કર્યા પછી ફીલ્ડમાં ઉતરવું ઉચિત છે.

એટલા માટે હું દરેક કંપનીઓના મેનેજમેન્ટ કે સંચાલકો તથા અપ લાઇનને જણાવવા ઈચ્છું છું કે નવા લોકોને ટીમમાં સામે કરી તત્કાળ ફીલ્ડમાં ન મોકલી આપો. થોડા દિવસ તેમને શિક્ષિત કરો. તેઓને ઑડિયો અને વીડિયો ટેપ્સ આપો, તેઓને બુક્સ વાંચવા આપો ને ફંક્શનના ભાગીદાર બનાવો.

◆ ડાયમંડ સૂત્ર ◆

એજ્યુકેશન વગર ના તો સ્વયં ફીલ્ડમાં ઉતરો,
ના તો ડાઉન લાઇનને મોકલો.

કારણ - ૭

આજનો નેટવર્કર ત્વરિત પરિણામ ઈચ્છે છે

એવું હંમેશાં જોવા મળ્યું છે કે લોકો પરંપરાગતબિઝનેસમાં સફળતા માટે રાહ જોવા તૈયાર હોય છે. તેઓને ખબર હોય છે કે નવો વેપાર શરૂ કરવામાં આવ્યો છે તો એ ધીમે ધીમે જામશે. ધીમે ધીમે તેમનું નામ પ્રચલિત બનશે, ધીમે ધીમે તેમના ગ્રાહકો તથા શાખાઓ વધશે. જેમ જેમ પ્રતિષ્ઠા પણ વધશે, તેમ તેમ વેપાર પણ વિસ્તરશે. આથી વિપરિત નેટવર્કરરોકેટ ઉપર ચડીને સફળતાને મેળવી લેવા ચાહે છે. તેઓમાં રાહ જોવાની વૃત્તિ જોવા મળતી નથી.

આમાં ભૂલ એ લોકોની પણ હોય છે જેઓ વાયદાઓ કરી તેઓને સ્વપ્નાઓ દેખાડીને બિઝનેસના ભાગીદાર બનાવે છે. આવી સ્થિતિમાંનવા નેટવર્કર વિચારે છે કે આમાં તો સફળતા મેળવવી તો રમત વાત છે.

જેવા થોડાં શરૂઆતના સપાટાઓ વાગે છે, જેવા કેટલાંક લોકો ના કહે છે, અને થોડો ઈગો હર્ટ થાય છે કે સ્વપ્નાઓ વેરવિખેર શરૂ થઈ જાય છે. જ્યારે સ્વપ્નાઓ વિખેરાવા લાગે છે ત્યારે લોકો વેપારને છોડી દે છે. જ્યારે વેપારને છોડે છે ત્યારે બહુ ઓછાં લોકો એવું કહીને વેપાર છોડે છે કે મારામાં જ ઉણપ છે. લોકો કહે છે કે પ્રણાલી નકામી છે સીસ્ટમ બેકાર છે.

હું હંમેશા આ વેપાર અંગે જણાવું છું કે નેટવર્ક માર્કેટિંગને "ધીમે ધીમે કરવું મૃત્યુ સમાન છે." એટલા માટે દરેક નેટવર્કરે પોતાના કામને તીવ્ર ગતિએ યોગ્ય

દિશામાં કરવું જોઈએ પરંતુ પરિણામ હંમેશાં તમારા નિયંત્રણમાં હોતું નથી. એટલા માટે પરિણામની ચિંતા છોડીને કામની ગુણવત્તા ઉપર ફોકસ કરવું.

જો હું એમ કહું છું કે નેટવર્ક માર્કેટિંગને પોતાનાએ હણ્યું છે, પારકાંઓએ નહીં, તો એમાં કોઈ આશ્ચર્ય થવું ન જોઈએ. એને એવા લોકો જ મારે છે જેમણે ત્વરિત લાભ ખાટવાની લાલચમાં મહેનત કરી નથી અને નિષ્ફળ થઈ ગયા. પછી પોતાની નિષ્ફળતાની જવાબદારી પોતે લેવાને બદલે પ્રણાલી કે સીસ્ટમ ઉપર ઢોળી દીધી.

નેટવર્કર સમજી લે કે આ કોઈ શોર્ટકટ નથી. આ ધન કમાવવાનો કોઈ સરળ માર્ગ નથી અને આટલા ઓછાં રોકાણમાં ધન કમાવાનો માર્ગ સરળ ન હોઈ શકે. ત્વરિત પરિણામ તો કરોડો ના રોકાણવાળા વેપારમાં પણ મળતા નથી. અહીંયા મહાન બનવા માટે આવશ્યકતા છે કે ધીરજ રાખીને દીર્ઘદૃષ્ટિથી વેપાર કરવો.

◆ ડાયમંડ સૂત્ર ◆

**પરિણામ માટે તમે પોતાને એક નિશ્ચિત સમય આપો.
એ પહેલાં ઉતાવળાં ના બનો.**

કારણ - ૮

તેઓ મનની અંદર બે વિચાર લઈને ચાલે છે

નેટવર્કર એમ વિચારીને આવે છે કે થોડાં દિવસ આ કામ કરી લઈએ, જો સફળ થયા ત્યારે બીજું કામ જોઈ લઈશું. પ્રથમ જો તમે આવો વિચાર લઈને પ્રવેશ કરો છો, તો પછી કેવી રીતે આ વેપારને તમે બૂલંદી ઉપર લઈ જઈ શકશો.

જ્યારે તમે તમારી તમામ શક્તિઓ કામે લગાડીને વેપાર કરો છો, તન મનથી કોઈ સ્વપ્નની પાછળ લાગી જશો ત્યારે એ સ્વપ્ન તમને પરિણામ આપે છે. સૂક્ષ્મદર્શક કાચને પણ એક જ કેન્દ્ર ઉપર નિશ્ચિત સમય સુધી ધરી રાખવો પડે છે, ત્યારે જ એ કાગળને સળગાવી શકશે. જો વારંવાર તમે સૂક્ષ્મદર્શક કાચને આમ-તેમ હલાવ્યા કરશો તો પછી એ કાગળના સળગવાની શક્યતા નહિવત્ બની જશે.

જે લોકો પોતાની તમામ ક્ષમતા અને ફોકસને આ વેપારમાં લગાવે છે, તેઓની ટોચ ઉપર પહોંચવાની શક્યતાઓ ખૂબ વધી જતી હોય છે. જે લોકો માત્ર ટૂંકાગાળાના લાભો પ્રાપ્ત કરવા કે ફક્ત ચકાસણી કરવા ખાતર જ આવે છે તો તેઓ આ વેપારને ખૂબ જલ્દી છોડીને જતાં રહેશે તેની સંપૂર્ણ શક્યતાઓ રહેલી છે.

આવા તો અનેક ઉદાહરણો છે, જયારે નાના સૈન્યની ટુકડીઓએ વિશાળ સૈન્યને પરાજિત કરી દીધું. એ સૈન્યના સેનાપતિ કે રાજાએ પાછા ફરવાના માર્ગમાં આવેલા તમામ પૂલોને સળગાવી મૂક્યા એટલે પાછા ફરવાના સઘળાં માર્ગો બંધ થઈ ગયા. જીવિત રહેવા માટે એક જ માર્ગ બાકી હતો કે સામેના સૈન્યને પરાસ્ત કરી દો.

નેટવર્ક માર્કેટિંગમાં સફળતા મેળવવા માટે આપણે બે વિચારધારાથી નહીં, બે ભાવનાઓથી નહીં, બે હોડીથી નહીં, પરંતુ એક જ મનથી સંપૂર્ણ શક્તિ લગાવીને કાર્ય કરવું પડશે.

તમારે બહાનાબાજીની બધી ગલીઓ બંધ કરવી પડશે, બધા પુલ સળગાવવા પડશે, ત્યારે જઈને તમે આ વેપારમાં ક્રાંતિકારી સફળતા પ્રાપ્ત કરી શકશો.

ડાયમંડ સૂત્ર

તમે પોતાને એક નિશ્ચિત સમય આપીને એક મિશનની જેમ મનમાં રહેલા તમામ સંદેહને દૂર કરી પોતાની સંપૂર્ણ શક્તિને કામે લગાવી દો.

કારણ - ૯

તેઓ સ્વયંને પ્રભાવશાળી રીતથી પ્રસ્તુત નથી કરતાં

જે લોકો પોતાના મનની અંદર નેટવર્ક માર્કેટિંગને નાનકડો વેપાર સમજે છે, હંમેશા તેઓ પોતાનું પ્રસ્તુતીકરણ પ્રભાવશાળી રીતે કરી શકતા નથી. એવું પણ જોવા મળ્યું છે મોટાભાગના લોકો પાસે તોવિઝિટીંગ કાર્ડ પણ હોતાં નથી, તેમની પાસે કંપનીના વ્યવસ્થિત પેમ્ફલેટ્સ પણ હોતાં નથી, એટલે સુધી કે તેમનો બાહ્ય દેખાવ પણ પ્રભાવશાળી હોતો નથી. હકીકત તો એ છે કે આ વેપારમાં દેખાવ કે દેખાડો પણ થોડાં ઘણા અંશે ભાગ ભજવે છે.

જો તમને જોઈને મને વિશ્વાસ આવે કે આ એક લાઇફ સ્ટાઇલ બિઝનેસ છે, જો તમારી સર્વશ્રેષ્ઠ પ્રસ્તુતિ નિહાળીને મારા મનમાં એવી ઈચ્છા ઉદ્દભવે કે મારે પણ તમારા જેવું બનવું છે, તો હું તમારા વેપારનો હિસ્સો બની જઈશ.

પરંતુ જો તમે કોઈને લક્ઝરી કાર, બંગલો અને વિદેશ યાત્રાઓના સ્વપ્ન દેખાડી રહ્યા છો, પરંતુ એ તમારા વ્યક્તિત્વમાંથી છલકાતું નથી કે તમે આ બાબતો માટેના માધ્યમ બની શકો છો તો પછી વિશ્વાસ મૂકવો અત્યંત કઠણ બાબત બની જશે. જે વ્યક્તિ પ્રસ્તાવ લઈને આવે અને એમની દૃઢતા જોઈને એ બાબતની સભાવનાઓ ખૂબ ઘણી વધી જાય છે કે પ્રૉસ્પેક્ટ્સ તેનો સ્વીકારી લે.

◆ ડાયમંડ સૂત્ર ◆

ખુદને સર્વશ્રેષ્ઠ રીતે પ્રસ્તુત કરો.

કારણ - ૧૦

તેઓ ફક્ત આવકની વાત કરે છે

નેટવર્કરજ્યારે નવા લોકોને સમજાવવા જાય છે ત્યારે અન્ય લાભોને વિસરી જાય છે, જેમ કે- આ બિઝનેસથી વ્યક્તિત્વ વિકાસ કેવી રીતે થાય છે, આ બિઝનેસથી તમારું પરિચિતોનું વર્તુળ કેટલું વિશાળ બને છે,આ બિઝનેસથી સાહસમાં કેવી વૃદ્ધિ થાય છે, આ બિઝનેસ દ્વારા કેવી રીતે અપરિચિતો સાથે સંબંધો કેળવાય તે શીખી શકાય છે વગેર. આ બધાં મહત્ત્વપૂર્ણ લાભોને છોડીને માત્ર એક જ વસ્તુ ઉપર તેઓ ફોકસ કરે છે, ઈન્કમ, ઈન્કમ અને માત્ર ઈન્કમ.

જ્યારે તમે સંપૂર્ણપણે વ્યાવસાયિક બનીને કોઈને સમજાવો છો ત્યારે તેનું જોડાણ હૃદયથી જોડાતું નથી. નિશ્ચિત રૂપે માત્ર ધન કમાવવું એજ આ બિઝનેસનો મહત્ત્વપૂર્ણ ભાગ છે. માત્ર આવક ઉપર ફોકસ કરવાને બદલે, દરેક વ્યક્તિની રૂચિ ઉપર ફોકસ રાખવાથી એ સ્વતઃ જ તમારી સાથે જોડાવા ઈચ્છશે. નેટવર્કર આ વેપારના લાભોને સંપૂર્ણપણે સમજાવે કારણ કે કોણ ક્યા લાભથી પ્રભાવિત બનશે, એ કોઈ જાણી શકતું નથી. દરેકની આવશ્યકતાઓ અને જરૂરિયાતો જુદી જુદી હોય છે અથવા તો એમ કહો કે દરેકના 'હૉટ બટન' જુદાં-જુદાં છે. યોગ્ય પરિણામ પ્રાપ્ત કરવા માટે યોગ્ય બટનને દબાવવું પડશે.

◆ ડાયમંડ સૂત્ર ◆

યોગ્ય પરિણામ પ્રાપ્ત કરવા માટે પ્રૉસ્પેક્ટ પર હોમવર્ક જરૂર કરો.

કારણ - ૧૧

હકીકતમાં તેઓ
બિઝનેસ પર વિશ્વાસ નથી કરતાં

વિશ્વાસ એક અદ્દભૂત શક્તિ છે. જો તમે સ્વયં ઉપર વિશ્વાસ ધરાવો છો તો કોઈ પણ તાકાત તમને સફળ બનતાં અટકાવી શકશે નહીં. ભરોસો તમારી વાતના પ્રભાવને અનેક ગણો વધારી દે છે.

જે વ્યક્તિ નેટવર્ક માર્કેટિંગ કરી રહેલ છે, એ સ્વયં જો સીસ્ટમમાં વિશ્વાસ નહીં મૂકે, તો બીજા કેવી રીતે કરી શકશે? જ્યારે એ પોતાના ઉત્પાદનો ઉપર જ ભરોસો નથી મૂકી શકતો, ચૂકવણાં પદ્ધત્તિ કે પ્રણાલીમાં ભરોસો નહીં કરે, પોતાના નિયમો તથા કાયદાઓ ઉપર ભરોસો નહીં ધરાવે, તો બીજા કેવી રીતે કરી શકશે? જે બાબતમાં તમને પોતાને જ ભરોસો નથી, એ વસ્તુ કે બાબત માટે બીજાને ભરોસો આવી જ શકે નહીં.

એક નબળો સેનાપતિ ક્યારેય કોઈ સૈન્યને ઊંચા મુકામ સુધી પહોંચાડી શકતો નથી. એજ પ્રમાણે એક એવો વ્યક્તિ જેને નેટવર્ક માર્કેટિંગમાં વિશ્વાસ જ નથી, તે ક્યારેય વેપારને ટોચ ઉપર લઈ જઈ શકતો નથી.

♦ ડાયમંડ સૂત્ર ♦

આ વેપારને સોએ સો ટકા વિશ્વાસ સહિત
કરો અથવા છોડી દો. અધવચ્ચે ન રહેશો.

કારણ - ૧૨

તેઓ હંમેશાં નવી કંપનીની શોધમાં રહે છે

અમુક નેટવર્કર દરેક સમયે એક નવું ઠેકાણું શોધતાં ફરે છે. તેઓ એક કંપનીમાં થોડાં દિવસો કામ કરે છે, ત્યાર પછી બીજી કોઈ કંપની જો તેમને થોડી ઘણી લાલચ આપે, કેટલાંક વધારાના વાયદાઓ કરે ત્યારે તેઓ પોતાની કંપનીને છોડીને નિકળી પડે છે.

આવા લોકો પોતાની શાખ ઉપર વિશેષ ધ્યાન આપતાં નથી કે જુદી-જુદી કંપનીઓ સાથે જોડાવાથી તેમની પ્રતિષ્ઠા જોખમાઈ રહી છે. રોજ-રોજ કંપની બદલવી એ એક શૉર્ટકટ કે રદ્દી વિચારસરણી છે. આવી વ્યક્તિ ક્યારેય સફળતા મેળવી શકે નહીં.

કેટલીક અપ લાઈન તો એનાથી પણ વધારે અનૈતિક માર્ગ અપનાવે છે, જ્યારે તેઓ જાય છે ત્યારે પોતાની સાથે આખે આખી ટીમને સાથે લઈ જાય છે. આખીય ટીમને સાથે લઈ જવાને કારણે એ કંપનીને મુશ્કેલીઓ પડે છે અને આખીય ટીમ પણ ગર્તામાં ચાલી જાય છે. આવા જ કારણોને લીધે એમએલએમ નષ્ટ થયો છે.

◆ ડાયમંડ સૂત્ર ◆

જ્યારે તમે સારી રીતે સમજી-વિચારીને,
કોઈ કંપનીની પસંદગી કરી લો છો, પછી કંપની બદલવાનું ના વિચારો.

કારણ - ૧૩

તેઓ ટેકનિકલ જાણકારીમાં વિશ્વાસ નથી રાખતાં

હંમેશાં પ્રૉસ્પેક્ટ ટેકનિકલ પ્રશ્ન કરતાં હોય છે,જેમ કે ઉત્પાદનો ક્યાં બને છે, શું આ વેપાર માન્યતા પ્રાપ્ત છે વગેરે.આવા સમયે એક નવો નેટવર્કર ગભરાઈ જાય છે. જ્યાંથી એક વેપારનો આરંભ થવો જોઈતો હતો ત્યાંજ એ અટકી પડે છે. આની વિરુદ્ધ ટેકનિકલ જાણકારી કે માહિતી હોવાને કારણે વેપાર ઉપર તમારી પક્કડ હોય છે. અન્ય લોકોના વાંધાવચકાના નક્કર સમાધાન કરી શકે છે. જેનાથી લોકો તમારું સન્માન કરે છે અને તમને અત્યંત સમજદાર વ્યક્તિ માને છે.

હું એક મોટિવેશન ટ્રેનર અને સ્પીકરના રૂપે આખાય વિશ્વમાં ફરું છું. આજે પણ નવું જ્ઞાન પ્રાપ્ત કરવા આપણે સતત તેના ઉપર ફોકસ રાખવું પડે છે. ક્યારે, ક્યાં કઈ વ્યક્તિ કોઈ પ્રોગ્રામમાં કેવા પ્રશ્નો પૂછી લે અને આપણે મુશ્કેલીમાં મૂકાઈ જઈએ, આપણે જાણતા હોતાં નથી. એટલા માટે જ નવા જ્ઞાનની શોધ સતત ચાલુ જ રહે છે.

નેટવર્કરને વેપાર, પ્લાન, ઉત્પાદન, નિયમ, વેપારનું ભવિષ્ય વગેરે વિષયો અંગે નક્કર માહિતી હોવી જ જોઈએ. કંપનીઓએ ટેકનિકલ સત્ર આયોજિત કરવા જોઈએ.

◆ ડાયમંડ સૂત્ર ◆

ટેકનિકલી રૂપે સુદૃઢ વ્યક્તિ ક્યારે પરાસ્ત થતો નથી એટલા માટે સંપૂર્ણ ટેકનિકલ જાણકારી પ્રાપ્ત કરો.

●●●

કારણ - ૧૪

તેઓ જરૂરિયાત કરતાં વધારે વચનો આપી દે છે

હંમેશાં એવું જોવા મળે છે કે કંપનીના નિયમો કંઈ જૂદું જણાવી રહ્યા છે અને નેટવર્કરકોઈ બીજા જ વાયદાઓ કરી રહેલ છે. અનેક નેટવર્કર કંપનીના બ્રોશર પણ વાંચવાની તસદી લેતા નથી. તેઓ કંપનીની વેબસાઇટ સાથે સતત સંપર્કમાં રહેતા નથી. આવી સ્થિતિમાં તેઓને એ ખબર જ હોતી નથીકે કંપનીમાં શું ચાલી રહ્યું છે, તેઓ કંપનીના નિયમો તથ કાયદાઓથી પણ માહિતગાર હોતાં નથી.

હંમેશાં આવા લોકો જ્યારે પ્રૉસ્પેક્ટિંગ કરવા નીકળે છે ત્યારે એવા એવા વાયદાઓ કરીને ચાલ્યા આવે છે, જે ક્યારેપૂર્ણ કરવાને લાયક હોતાં નથી. આવી પરિસ્થિતિમાં કંપની નેટવર્કરના ખોટા વાયદાઓને પાળવા માટેની મનાઈ ફરમાવી દેશે કારણ કે કંપનીના નિયમાનુસાર તે હોતાં નથી. ધીમે-ધીમે નેટવર્કર સાથે કંપનીની પણ પ્રતિષ્ઠા જોખમમાં મૂકાઈ જાય છે.

એટલા માટે હું પ્રત્યેક નેટવર્કરને ચેતવવા ઇચ્છું છું કે મોટા વાયદાઓ કરતાં પહેલાં હજાર વખત વિચારો. જેટલું કંપની આપી રહી છે, તે મુજબના જ વાયદાઓ કરો. પોતાની ગુડવિલ બનાવો અને પોતાની શાખને બચાવો. વધારે પડતાં વાયદાઓ કરીને ઓછું આપવાના બદલે ઓછાના વાયદા કરીને વધારે આપવાની ફિલૉસૉફીને અપનાવો.

◆ ડાયમંડ સૂત્ર ◆

કંપનીના નિયમો પ્રમાણે જ વાયદાઓ કરો
નહીંતર તમે પોતે પણ મુશ્કેલીમાં મૂકાઈ જશો.

●●●

કારણ - ૧૫

અફવાઓ પર ધ્યાન આપે છે

મીડિયાનો હવે એવો યુગ આવી ગયો છે કે દરેક ક્ષણે કોઈ ને કોઈ અફવા ફેલાતી રહે છે, લોકો વ્હૉટ્સઅપનો પ્રયોગ કરે છે, જેના ઉપર હંમેશાં ક્યારેક વડા પ્રધાનના નામનો કોઈ ખોટો પત્ર આવી જાય છે, અથવા તો ક્યારેક કોઈના પણ નામની ખોટી અપીલ આવી જાય છે. ક્યારેક કોઈ બિમારીના નામે નાણાંની માંગણી કરવા લાગે છે, તો ક્યારકે કોઈ લગ્નના નામે સહાયતા માંગવા લાગે છે. આવી હજારો વાતો અફવાઓના રૂપમાં સતત સોશિયલ મીડિયાના માધ્યમથી ફેલાઈ રહેલ છે. જો આવી વાતો ઉપર વિશ્વાસ મૂકવામાં આવે તો દુનિયામાં ખળભળાટ મચી જાય.

મિત્રો, આ જ પ્રમાણે નેટવર્ક માર્કેટિંગમાં જ્યાં સુધી ઉત્તમ રીતે નિયમો તથા કાયદાઓનું ગઠન થઈ ન જાય, ત્યાં સુધી આ વેપાર અંગે ઢગલાબંધ નકારાત્મક બાબતો સમાચારો છપાતાં રહેશે અને અફવાઓ ફેલાયા કરશે. નેટવર્કરે આવી અફવાઓ પ્રત્યે લક્ષ્ય ન આપવું જોઈએ. નેટવર્કરે પોતાની સાથે મૂળભૂત લિટરેચર પોતાની સાથે રાખવું જોઈએ. 'જોડાઓ, જોડો અને જીતો' જેવા પુસ્તકો પોતાની સાથે રાખવા જોઈએ જેના કારણે તેઓ અફવાઓનો વિરોધ કરીને તથ્યો ને પ્રકાશમાં લાવી શકશે. વારંવાર નકારાત્મક વાતોને વિચાર્યા કરવાથી સ્વયં પોતાનું મન પણ નિર્બળ બની જાય છે. એટલે ના તો અફવાઓ ફેલાવો ન તો તેના ઉપર ધ્યાન આપો.

◆ ડાયમંડ સૂત્ર ◆

સોગંદ લો કે ના તો ક્યારે અફવાઓ ફેલાવશો કે ના તો તેના ઉપર ધ્યાન આપશો.

"ચોંકાવનારા સત્યો"

હું એ જણાવતાં ગૌરવ અનુભવું છું કે ડાયરેક્ટ સેલિંગનું ટર્નઓવર ૨૦૧૧-૧૨માં ૬,૩૮૫ કરોડ હતું. આશા છે આ ટર્નઓવર ૨૦૧૫-૧૬માં ૧૦,૮૪૪ કરોડ તથા ૨૦૨૦માં ૩૪,૦૦૦ કરોડને આંબી જશે.

- છવિ હેમંત, સેક્રેટરી, આઈ.ડી.એસ.એ.

સીધા ફેસબુક પેજ UJJWAL PATNI થી

જો તમે મારી પાસે આવીને
કોઈ અન્યની બુરાઈ કરો છો,
તો મને કોઈ સંદેહ નથી કે તમે
બીજાઓની પાસે જઈને મારી બુરાઈ કરતાં હશો

Ujjwal Patni

નેટવર્ક માર્કેટિંગ

ધારણાઓ અને સત્યતા

"હું આંધીઓથી કેમ ડરું
જ્યારે મારી અંદર જ તોફાન છે
હું ગીધોને શા માટે મળું
જ્યારે સિંહોથી મારી ઓળખાણ છે"

તમે લોકોએ અહીંયા ભીડ કેમ કરી રાખી છે ?
પોલીસવાળા, ઈન્કમટેક્સ,
ભાઈ લોકો - મને કોઈનો પણ ડર નથી,
કેમ કે હું એક નેટવર્કર છું.

ધારણા - ૧

નેટવર્ક માર્કેટિંગ માટે ખૂબ વધારે સંપર્ક અને ઓળખાણ જોઈએ

સાચું	ખોટું √

નેટવર્ક માર્કેટિંગ માટે ખૂબ વધારે સંપર્ક અને ઓળખાણ મહત્ત્વપૂર્ણ નથી કેમ કે એ જરૂરી નથી કે તમારા બધા જ સંપર્ક તમારી સાથે જોડાઈ જાય. એક સામાન્ય વ્યક્તિ જન્મથી લઈને મોટા થવા સુધી જેટલા લોકોના સંપર્કમાં આવે છે, પછી એ દોસ્ત હોય કે સંબંધી, પછી એ વેપારી હોય કે પ્રોફેશનલ, પછી એ સાથે ભણનાર હોય કે પરિવારની ઓળખાણવાળા, ફક્ત આ સામાન્ય ઓળખાણને લઈને એક મહત્ત્વપૂર્ણ નેટવર્ક ઊભું કરી શકે છે.

મારો અનુભવ તો એ કહે છે કે વધારે નજીકના લોકો હંમેશાં આ પ્રસ્તાવનો અસ્વીકાર કરી દે છે અને તિરસ્કાર કરે છે, જ્યારે દૂરના લોકો ધૈર્યતાથી વાત સાંભળે છે અને સન્માન પણ આપે છે.

એ પણ જોવામાં આવ્યું છે કે, લાંબી-મોટી ઓળખાણ હોવા છતાં ઘણાં બધા લોકો આ વેપારમાં સફળ નથી થતાં અને ઓળખાણ વગરના ઘણાં બધા લોકો ડાયમંડ બની જાય છે.

ધારણા - ૨

નેટવર્ક માર્કેટિંગમાં સારી ડિગ્રી વગર સફળતા સંભવ નથી

સાચું　　　　ખોટું √

એ ખોટી વિચારધારા છે કે, સારું શિક્ષણ અને ડિગ્રી તમારા વિચારને સુદૃઢ બનાવે છે પરંતુ ઉત્તમ અભ્યાસ અને ડિગ્રી વગર નેટવર્ક માર્કેટિંગમાં સફળતા સંભવ નથી એ ખોટું છે. સામાન્ય રીતે નેટવર્ક માર્કેટિંગ લોકોથી, માણસોથી જોડાયેલો વેપાર છે, આમાં તમારા વ્યવહારિક ગુણ કામ આવે છે. તમારો આત્મવિશ્વાસ, જોડાઈ રહેવાની ક્ષમતા, તમારો ઉત્સાહ, તમારું સમર્પણ, વાતચીતના ગુણ તથા સામાન્ય જ્ઞાન આ વેપારમાં સફળતાનો નિર્ધાર કરે છે.

સાચું કહીએ તો, આ વેપારમાં પ્રવેશવાવાળા વ્યક્તિનો અભ્યાસ ક્યારેય પુછવામાં આવતો નથી. ફક્ત નેટવર્ક માર્કેટિંગમાં જ નહી વિશ્વના અન્ય ક્ષેત્રોમાંથી પણ આપ ધીરુભાઈ અંબાણી, એડીસન, હેનરી ફોર્ડ જેવા લોકોના કિસ્સા સાંભળશો તો તમને વિશ્વાસ થઈ જશે કે સફળતા માટે માત્ર અભ્યાસ જ કામ આવતો નથી.

નેટવર્ક માર્કેટિંગ ખુદ તમને ધીમે-ધીમે એટલાં આત્મવિશ્વાસથી ભરપૂર કરી દે છે કે, તમારે કોઈ ચિંતા નથી કરવી પડતી. જો તમારી પાસે સારી ડિગ્રી છે, તો તે તમારા જ્ઞાનને વધારી શકે છે, તમારી પ્રસ્તુતિને ઉત્તમ બનાવી શકે છે અને તમારો આત્મવિશ્વાસ વધારી શકે છે. આ એક વધારાનો લાભ થઈ શકે છે પરંતુ એ અનિવાર્ય નથી.

ધારણા - ૩

નેટવર્ક માર્કેટિંગ ભારતીય બજારો માટે અનુકૂળ નથી

સાચું		ખોટું	√

નેટવર્ક માર્કેટિંગ પ્રણાલી કોઈ નવી પ્રણાલી નથી. આ એક યુગો જૂની પ્રણાલી છે જેનું સ્વરૂપ સમયની સાથે બદલાતું રહ્યું છે. આજે આ એક વિકસિત સિસ્ટમના રૂપમાં પ્રસ્થાપિત થઈ ગઈ છે.

તમે પોતે જ નાનપણથી નેટવર્કિંગ કરતા આવ્યા છો. જ્યારે પણ તમે મિત્રો પાસે કોઈ ફિલ્મની પ્રશંસા કરી છે, જ્યારે પણ કોઈ રેસ્ટોરન્ટની પ્રશંસા કરી છે, જ્યારે પણ તમે ઘરના ટીવી, ફ્રીજ કે મિક્સરની બીજાઓથી પ્રશંસા કરી છે, દરેક વખતે તમે નેટવર્ક માર્કેટિંગ કર્યું છે. પહેલાં એ થતું હતું કે તમે પ્રશંસા કરતા હતા, એનાથી અજાણતાં પ્રચાર થતો હતો અને બીજા ઉત્પાદકો ખરીદતા હતા, પરંતુ એના બદલામાં તમને કોઈ લાભ થતો ન હતો.

આજે તમે પ્રશંસા કરશો અથવા ભલામણ કરશો, તો એના બદલામાં તમને લાભ મળશે. તે એક જૂનો વૈશ્વિક સિદ્ધાંત છે જે અલગ-અલગ પેકિંગમાં સામે આવી રહ્યો છે. ભારતમાં લોકો એક-બીજાથી પારિવારિક, સામાજિક તેમજ સાંસ્કૃતિક કારણોથી સતત મળે છે અને આપસી અભિપ્રાયને ખૂબ જ મહત્ત્વ આપવામાં આવે છે. આથી ભારતીય બજારમાં સૌથી અનુકૂળ બજારોમાંથી એક છે.

ધારણા - ૪

નેટવર્ક માર્કેટિંગ
એક નાનો-મોટો વેપાર છે

સાચું		ખોટું	√

નિ:સંદેહ, ફક્ત એક દૃષ્ટિથી જોઈએ તો આ નાનો વેપાર છે અને એ છે નાની ખર્ચ. જો રૂપિયા (કરેન્સી)માં વાત કરીએ તો ચાની દુકાન કે રિક્ષા ખરીદવામાં પણ આનાથી વધારે ખર્ચ આવશે. પરંતુ કમાણીની દૃષ્ટિથી આને નાનો વેપાર સમજવાની ભુલ ક્યારેય ના કરતા. જો તમે કોઈ સફળ નેટવર્કરના જીવનની શૈલી જોઈ લેશો તો આપની આંખો ચકાચૌંધ રહી જશે. કરોડોના ઉદ્યોગ લગાવીને અને સેંકડો કર્મચારીઓનું શીરદર્દ પાળીને પણ જે કમાણીની ગેરેન્ટી તમે નથી લઈ શકતા, એ આ નાના લાગતા ખર્ચથી સંભવ છે.

ગયા વર્ષે મેં એક નેટવર્ક માર્કેટિંગ કંપનીમાં લગભગ ૧૫ વર્કશોપ લીધા. એક ઉચ્ચ લીડરે મને પોતાના હપ્તાનો ચેક બતાવ્યો તો મારી આંખો ચાર થઈ ગઈ. દર અઠવાડિયાના ત્રણ લાખ રૂપિયા, એક મહીનાના ૧૨ લાખ અને એ પણ વ્હાઈટ મની, આટલું તો ઉચ્ચ અધિકારી અને નોકરો રાખવાવાળા પણ નથી કમાતા.

અને આવી આવક અર્જિત કરવાવાળા અલગ-અલગ કંપનીઓમાં ખૂબ વધારે લોકો છે. શું આવી કમાણી આપતો વેપાર નાનો વેપાર હોઈ શકે છે ?

ધારણા - ૫

નેટવર્ક માર્કેટિંગનું ક્ષેત્ર હવે સંપૂર્ણ રીતે સંતૃપ્ત થઈ ગયું છે

સાચું		ખોટું	√

શું તમે કોઈ એવું ક્ષેત્ર મને બતાવી શકો છો, જ્યાં જગ્યા ખાલી હોય. પહેલાં દેશમાં એકપણ મોબાઈલ કંપની ન હતી, હવે વધારે સંખ્યામાં છે છતાં પણ બધાની પાસે ગ્રાહક છે. પહેલાં આપણા શહેરોમાં એક કે બે સિનેમાઘર હતા, આજે સીડી અને ડીવીડી પણ આવી ગયા છે અને સિનેમાઘર પણ ઘણી માત્રામાં વધી ગયા છે, તેમ છતાંય સારી પિક્ચરોની ટિકીટ બ્લેકમાં વેચાય છે. પહેલાં ફક્ત એમ્બેસેડર કે ફિયાટ કાર દેશમાં જોવા મળતી હતી, આજે કેટલીય કંપનીઓ અને કારના સેંકડો મોડેલ ઉપલબ્ધ છે, છતાં પણ દરેક કાર વેચાય છે.

મારું માનવું છે કે સંતૃપ્ત હોવું જેવો કોઈ સિદ્ધાંત નથી હોતો. પ્રતિદિન, પ્રત્યેક પળ મનુષ્યની પ્રાથમિક્તાઓ, જરૂરિયાતો અને ઈચ્છાઓ બદલાઈ રહી છે અને એની સાથે સાથે ઉત્પાદન માટે જગ્યાઓ પણ બની રહી છે. સમયની સાથે ઉત્પાદન બદલાઈ રહ્યાં છે અને લોકોના ઉપયોગની રીતો પણ બદલાઈ રહી છે. જ્યાં સુધી દુનિયામાં માણસ રહેશે, ત્યાં સુધી વસ્તુઓ બનતી રહેશે.

બે દશકા પહેલાં અમેરિકાની એક ઉચ્ચ એજન્સીએ કહ્યું કે, હવે ટીવી અને ફ્રિઝના નિર્માતાઓએ સાવધાન થઈ જવું જોઈએ કેમ કે દરેક ઘરમાં ફ્રિઝ અને ટીવી આવી ગયું છે. હવે આ બજારમાં જબરદસ્ત ગિરાવટ આવશે. બધાની

ધારણાઓને ખોટી પાડીને એ જ વર્ષે બધા ટીવી અને ફ્રિઝ કંપનીઓને કેટલાય ઘણો લાભ થયો. આનું કારણ હતું, લોકોની બદલાતી અપેક્ષાઓ. કોઈને નાનું ટીવી જોઈએ તો કોઈને મોટું, કોઈને ફ્લેટ સ્ક્રીન જોઈએ તો કોઈને વધારે ચેનલ જોઈએ, કોઈને ડબલ ડોર ફ્રિઝ જોઈએ તો કોઈને ટ્રીપલ ડોર, કોઈને સસ્તું જોઈએ તો કોઈને ઉત્તમ. માટે બધા જ આંકડા જ્યાંના ત્યાં જ રહી ગયા અને ના તો બજાર સંતૃપ્ત થયું કે ના વેચાણ ઘટ્યું.

કહેવાનો અર્થ એ જ છે કે નેટવર્ક માર્કેટિંગનું બજાર ક્યારેય સંતૃપ્ત નહીં થાય. કંપનીઓએ આ વાત પર અવશ્ય ચોક્કસાઈ રાખવી પડશે કે એવા ઉત્પાદનો લાવે, જેની વાસ્તવિક્તામાં જરૂરિયાત છે. એમણે બદલાતી અપેક્ષાઓ અને નવી ટેકનીકોની સાથે પગથી પગ મિલાવીને ચાલવું પડશે.

ધારણા - ૬

નેટવર્ક માર્કેટિંગ ધન કમાવવા માટેનો એક સરળ રસ્તો છે

સાચું		ખોટું	√

જો કોઈ નેટવર્કર તમે એ કહે કે આ સમૃધ્ધિ અને ધન કમાવવા માટેનો સોથી સરળ રસ્તો છે અથવા અમીર થવાની શોર્ટકટ રીત છે, તે જૂઠું બોલી રહ્યો છે અને એની નિયત સાફ નથી. જો તમે એક નેટવર્કર છો અને તમે પણ આવી લાઇનોનો ઉપયોગ કરો છો તો તુરંત જ આનો ઉપયોગ બંધ કરી દો.

મિત્રો, નેટવર્ક માર્કેટિંગ એક અઘરો વેપાર છે, આમાં પણ એટલી જ મુશ્કેલીઓ છે, જેટલી બીજા અન્ય વેપારમાં. આમાં પણ ખૂબ મહેનત અને ધીરજની જરૂર હોય છે. જ્યારે લોકો તમારી સાથે જોડાવા માટે ના પાડે છે તો મનને દુઃખ પહોંચે છે. **હંમેશાં તમને એ બતાવવામાં આવે છે કે આ સરળ છે અને આપ સરળ બિઝનેસની માનસિક્તાને લઈને એમાં કૂદી પડો છો, ફીલ્ડમાં જ્યારે તમને સત્યનો સામનો થાય છે, તમે નિરાશ થઈ જાઓ છો.** નિરાશ થઈને અથવા તો અસક્રિય બની જાઓ છો અથવા નેટવર્ક માર્કેટિંગના વિરોધી બની જાઓ છો.

હું સીધે-સીધી રીતે એ વાત કહેવા માંગુ છું કે આ વેપાર સરળ નથી, પરંતુ અસંભવ પણ નથી. આનો ખર્ચ અને પરિણામ વિશે હું વિચારું છું તો એવું લાગે છે કે મારા સપનાઓને મેળવવા માટે આ વેપારમાં આવતી મુશ્કેલીઓ સામે ઝઝૂમી શકાય છે. બધું જ એ વાત પર નિર્ભર છે કે, તમારી ભીતર પોતાના સપનાઓ માટે કેટલું પાગલપણું છે.

સૌથી મહત્ત્વપૂર્ણ એ છે કે આને કરવા માટે તમને તમારા વર્તમાન કાર્યક્ષેત્રને છોડવાની જરૂર નથી. એની સાથે સાથે જ આ બિઝનેસને તમે વધારી શકો છો અને એક ચોક્કસ કમાણી નિશ્ચિત કરી શકો છો.

માટે હું એ પણ કહી રહ્યો છું કે જો હું તમને **"સરળ-સરળ"** કહું અને તમને મુશ્કેલીઓ મળે તો તમે નિરાશ થઈ જશો અને જો હું **"અઘરું-અઘરું"** કહું તો તમે બધી જ મુશ્કેલીઓને સરળતાથી હલ કરી શકશો કેમ કે તમે માનસિક રૂપથી એ માટે તૈયાર હશો.

ધારણા - ૭

નેટવર્ક માર્કેટિંગ નિમ્ન વર્ગવાળાઓનો વેપાર છે

સાચું		ખોટું	√

નેટવર્ક માર્કેટિંગ પ્રત્યેક વર્ગ, પ્રત્યેક ધંધાર્થી અને પ્રત્યેક સ્તરના લોકોનો વેપાર છે. જો ''અનેકતામાં એક્તા, ભારતની વિશેષતા'' આ નારાને હકીકતમાં મહેસૂસ કરવો હોય તો નેટવર્ક માર્કેટિંગમાં આવો.

જો વિશ્વાસ ન હોય તો ઉચ્ચ કંપનીઓના સેમિનારમાં ભાગ લઈને જુઓ. ત્યાં તમને ડૉક્ટર, એન્જિનીયર, સી.એ., ઉદ્યોગપતિ, સરકારી અધિકારી, શિક્ષક, વકીલ અને લગભગ બધા જ ક્ષેત્રોના લોકો મળશે. કેટલાંક લોકો તો એવા મળશે, જે નેટવર્ક માર્કેટિંગ સાથે જોડાતા પહેલાં પણ અત્યંત સફળ અને સમૃદ્ધ હતા, પરંતુ તેમ છતાંય એમની કોઈ ખાસ જરૂરિયાત કે આકાંક્ષા એમને આ પ્રણાલી સુધી ખેંચી લાવ્યા.

આ નિમ્ન વર્ગવાળાઓનો વેપાર નથી, પરંતુ એવા લોકોનો વેપાર છે જેમના સપનાઓ વર્તમાન કમાણી કે કાર્યક્ષેત્રથી પૂરાં નથી થઈ શકતા. આ નિમ્ન વર્ગવાળાઓનો નહીં, મોટી વિચારધારા તેમજ મોટા સપનાઓવાળાઓનો વેપાર છે, જે પોતાના ભાગ્યને પોતાના હાથોથી બનાવવા માટે મેદાનમાં કૂદી પડ્યાં છે.

ધારણા - ૮

આમાં અતિ બુદ્ધિશાળી, સમજદાર તેમજ સ્માર્ટ લોકો જ શિખર પર પહોંચે છે

| સાચું | | ખોટું | √ |

નેટવર્ક માર્કેટિંગમાં ફક્ત એ લોકો જ શિખર પર પહોંચે છે જેઓ સિદ્ધાંતોનું પાલન કરે છે, અપલાઇનને સાંભળે છે, વધારેમાં વધારે પ્લાન બતાવે છે, ગંભીરતાથી ફોલોઅપ કરે છે, મોટાભાગના ટ્રેનિંગ પ્રોગ્રામમાં ભાગ લે છે અને પોતાની ડાઉન લાઇનને પણ શિક્ષિત કરે છે.

જે વ્યક્તિ સિદ્ધાંતો પર સમર્પણની સાથે ચાલી રહ્યો છે, એ સફળ જરૂર થશે, પછી એ સ્માર્ટ હોય કે ન હોય, વધારે બુદ્ધિશાળી હોય કે ન હોય. એક વાત જરૂર છે કે જો વ્યક્તિ બુદ્ધિશાળી કે સ્માર્ટ છે તેમજ સિદ્ધાંતો પર પણ ચાલી રહ્યો છે, તો એની ગતિ બીજાઓ કરતાં વધારે તેજ હશે. પરંતુ એવું ઓછું જોવામાં આવે છે.

મારું વ્યક્તિગત કહેવું છે કે, મોટાભાગે આમાં અતિબુદ્ધિશાળી કે વધારે સ્માર્ટનેસ બતાવવાવાળા લોકો અસફળ થઈ જાય છે, કેમ કે એ લોકો શોર્ટકટથી ચાલવાનો પ્રયત્ન કરે છે તથા પોતાની અપલાઇનના મુકાબલામાં પોતાને વધારે હોંશિયાર સમજે છે.

ધારણા - ૯

નેટવર્ક માર્કેટિંગ માટે ખૂબ વધારે ખાલી સમય જોઈએ

સાચું ખોટું √

હું તમને મારો એક સાચો વિચાર જણાવું છું કે જે વ્યક્તિ વ્યસ્ત હોય છે, એનામાં જ આ ગુણ હોય છે કે એ એક બીજું કાર્ય પણ કરી શકે. જે વ્યક્તિ વધારે જવાબદારીઓ ઉઠાવી રહ્યો હોય છે, એનામાં જ આ હિંમત હોય છે કે એ એક વધારે જવાબદારી ઉઠાવી શકે. નેટવર્ક માર્કેટિંગમાં મોટાભાગે એ લોકો સફળતા હાંસલ કરે છે છે જે પહેલાં પણ વ્યસ્ત કે સફળ હતા. ખાલી વ્યક્તિ ખાલી જ રહી જાય છે અને વ્યસ્ત વ્યક્તિ એક અન્ય ક્ષેત્રમાં પણ મુકામ બનાવી લે છે.

નેટવર્ક માર્કેટિંગ માટે ચોક્કસ તમારે કેટલોક સમય તો ફાળવવો જ પડશે. મને લાગે છે કે દુનિયામાં એવા ખૂબ ઓછાં લોકો છે, જેઓની પાસે પોતાના સ્વપનાઓને મેળવવા માટે થોડાં કલાકો પણ ના હોય.

જો તમારી પાસે ખાલી સમય છે, તો તમે એ કહેવત સાંભળી હશે ''ખાલી દિમાગ શેતાનનું ઘર''. એક વ્યક્તિ જેની પાસે કરવાનું કોઈ કામ ના હોય, તે પોતાની ઊર્જા, ઈચ્છાશક્તિ, પ્રભાવકારિતા, દબંગતા, છબિ વગેરે બધું જ ગુમાવી બેસે છે. ભલે કંઈપણ થઈ જાય, તમારે ખુદને વ્યસ્ત રાખવા જ પડશે, નહીંતર અન્ય લોકો તમારો દુરુપયોગ કરવા લાગશે.

ધારણા - ૧૦

નેટવર્ક માર્કેટિંગમાં ઉત્પાદનો વધાર મોંઘા હોય છે

૩૦% સાચું - ૭૦% ખોટું

એ વાત ઓછી જોવામાં આવે છે કેમ કે, બજારોમાં પ્રતિસ્પર્ધા એટલી વધારે છે કે આજે મોટાભાગની કંપનીઓ ઓછા નફામાં કામ કરી રહી છે. છતાં પણ નેટવર્ક માર્કેટિંગ પ્રણાલીમાં મારી નજરમાં કેટલીક કંપનીઓ આવી છે, જેના ઉત્પાદનોની કિંમત અન્ય પ્રચલિત ઉત્પાદનોની તુલનામાં ખૂબ વધારે છે. આ કિંમતો વ્યાજબી છે કે નહીં, એ કહેવું મુશ્કેલ છે કેમ કે આવી કંપનીઓ પોતાના ઉત્પાદનોની ગુણવત્તા ઉચ્ચસ્તરની હોવાનો દાવો કરે છે.

આ ઉપરાંત મોટાભાગની કંપનીઓ વ્યાજબી કિંમત પર ઉત્પાદનો વેચી રહી છે કેમ કે બજારમાં ચાલતી કિંમતો તથા સાથે વધારે કમાણી, આ જ તથ્ય લોકોને આકર્ષિત કરે છે.

અર્થશાસ્ત્રનો નિયમ કહે છે કે, તમે ચાહે કેટલો પણ પ્રચાર કરી લો, ઉચ્ચ કિંમતો પર ઉત્પાદનો વેચીને તમે વધારે દિવસ બજારમાં ટકી નહીં રહી શકો, બહુ જલ્દી ગ્રાહકોને સત્યની ખબર પડી જાય છે અને એ ઉત્પાદનો પાછળ રહેલા મોહનો ભંગ થઈ જશે. કેટલીક કંપનીઓના ઉત્પાદન અસાધારણ ગુણવત્તાના છે, જેમને વર્ષોની રિસર્ચ પછી વિકસિત કરવામાં આવ્યા છે. આવી કંપનીઓ પોતાના ઉત્પાદનોની કિંમત જો થોડી વધારે રાખે છે, તો કોઈને કોઈ આપત્તિ ના હોવી જોઈએ.

ધારણા - ૧૧

નેટવર્ક માર્કેટિંગમાં ઉત્પાદનો ઓછી ગુણવત્તાના હોય છે

૨૦% સાચું - ૮૦% ખોટું

મોટાભાગની નેટવર્ક માર્કેટિંગ કંપનીઓ જેમની પ્રતિષ્ઠા સારી છે, એ વિભિન્ન સંસ્થાઓ દ્વારા ગુણવત્તા પ્રમાણપત્ર પ્રાપ્ત કરે છે. આઈએસઆઈ, આઈએસઓ વગેરેથી પ્રમાણિત ઉત્પાદનો નિમ્ન કોટિના નથી હોતાં. સારી કંપનીઓના ઉત્પાદન નિમ્ન ગુણવત્તાના નથી હોતાં.

કેટલીક અત્યંત નાની કંપનીઓ પણ શહેરોમાં સ્થાનીક સ્તર પર આ પ્રણાલીના માધ્યમથી પોતાના ગુણવત્તાવગરના ઉત્પાદનોને બજારમાં ખપાવી રહી છે. હકીકતમાં આવી જ કંપનીઓને લીધે આ પ્રણાલી બદનામ થઈ રહી છે. તમે કોઈપણ નેટવર્ક કંપની સાથે જોડાતા પહેલાં ઉત્પાદનોની ગુણવત્તા અને સ્તર સંબંધિત જાણકારીઓ અવશ્યો લો.

જે પ્રકારે પરંપરાગત વેપારોમાં પણ સારા-નરસાં, સાચા-ખોટા બધા જ પ્રકારના લોકો હોય છે, બધા જ પ્રકારની કંપનીઓ હોય છે, એવી જ રીતે નેટવર્ક માર્કેટિંગમાં પણ સારા-ખોટા લોકો, સાચી-ખોટી કંપનીઓ તથા ઉત્તમ-ઘટિયા પ્રકારના ઉત્પાદનો હોય છે. તમારી જવાબદારી બની જાય છે કે તમે ગુણવત્તાનું સાચું મૂલ્યાંકન કરીને યોગ્ય ઉત્પાદન લો. પોતાના સામાન્ય જ્ઞાનનો ઉપયોગ કરો.

BUY THIS DVD
नेटवर्क मार्केटिंग 6 स्टेप
AUDIO CD
No. of Disc | Duration | Format | Language
2 Disc | 1.30 Hours | Mp3 | Hindi
Call for Product - 9229186002, 9229186001

BUY THIS DVD
कैसे बने
सफल वक्ता
डॉ. उज्जवल पाटनी के साथ...
BUY NOW
No. of Disc | Duration | Format | Language
2 Disc | 2.15 Hours | Mp3 | Hindi
Call for Product - 9229186002, 9229186001

'એમ એલ એમ'ની શરુઆત કેવી રીતે કરશો

"મુશ્કેલ રસ્તાઓ સરળ થઈ જાય છે,
અજાણ્યા રસ્તાઓ પર પણ ઓળખાણ થઈ જાય છે,
જે હસતાં-હસતાં કરે છે, મુશ્કેલીઓનો સામનો
કિસ્મત આપોઆપ એમની ગુલામ થઈ જાય છે."

સીધા ફેસબુક પેજ UJJWAL PATNI થી

ઠંડો તવો રોટલી નથી શેકી શકતો
ઓલવાયેલી મીણબત્તી પ્રકાશ નથી આપી શકતી,
અને નકારાત્મક માણસ ક્યારેય હિંમત નથી આપી શકતો,
એનાથી જેટલું દૂર રહો, એટલું સારું થશે

Ujjwal Patni

સૂત્ર - ૧

જોડાતાં પહેલાં પોતાની જરૂરિયાતોનું આકલન કરો

શું તમારી સાથે કોઈ વ્યક્તિએ નેટવર્ક માર્કેટિંગ વિશે ચર્ચા કરી છે ? શું તમને તે પ્રસ્તાવ યોગ્ય લાગ્યો ? જો તમે એ પ્રસ્તાવ પર વિચાર કરવા જઈ રહ્યા છો તો જરા રોકાઓ, સૌ પ્રથમ એ જુઓ કે તમને આ પ્રણાલીની જરૂરિયાત છે કે નહીં. આ જાણવા માટે નીચે લખવામાં આવેલા પ્રશ્નો સ્વયંને પૂછો :-

- શું તમારી કમાણી તમારી વર્તમાન જરૂરિયાતોને પુરી કરી રહી છે ?
- શું તમારી વારંવાર ટ્રાન્સફર કરવામાં આવે છે ?
- શું તમારી પાસે ભલું ઇચ્છવાવાળા મિત્રો કે દુઃખ-સુખમાં કામ આવે તેવા લોકોની પર્યાપ્ત સંખ્યા છે ?
- શું તમને વ્યક્તિત્વ વિકાસ કરવા માટે પર્યાપ્ત અવસર મળે છે ?
- જો તમે કોઈ કારણોસર વર્તમાન વ્યવસાય / પ્રોફેશનમાં કામ કરવા યોગ્ય ન રહ્યા, ત્યારે પણ તમારી કમાણી નિયમિતરૂપે ચાલુ રહી શકશે ?
- શું તમારી પાસે પોતાનું ઘર, દીકરીઓના લગ્ન, બાળકોનો અભ્યાસ, મેડિકલ ઈમરજન્સી વગેરે પ્રસંગો માટે પર્યાપ્ત આર્થિક વ્યવસ્થા છે ?

- શું તમારી પાસે પરિવાર સાથે વિતાવવા માટે પર્યાપ્ત સમય છે કે તમે આખો દિવસ મશીનની જેમ કાર્ય કરો છો ?
- શું તમારી નોકરી આ પ્રતિસ્પર્ધાના યુગમાં સુરક્ષિત છે ?

જો આમાંથી કોઈ પણ પ્રશ્ન કે બધા જ પ્રશ્નો તમને વિચારવા પર મજબૂર કરી રહ્યા છે, તો જ આપ માર્કેટિંગ સાથે જોડાઓ. જો ઉપર આપવામાં આવેલા બધા જ પ્રશ્નોના ઉત્તર આપ નિષ્પક્ષતાથી આપી રહ્યા છો તથા તમને કોઈ પરેશાની નથી તો તમે આ પ્રણાલીથી દૂર હો તો સારું રહેશે.

●●●

**“પ્રયાસ વગર ફક્ત તમે નીચે પડી શકો છો,
ઉપર નથી ઉઠી શકતાં
આ જ ગુરુત્વાકર્ણષનો પણ
નિયમ છે અને જીવનનો પણ ”**

સૂત્ર - ૨

"નેટવર્ક માર્કેટિંગના સિદ્ધાંતને સમજો"

આ પ્રણાલી સાથે જોડાતા પહેલાં નેટવર્ક માર્કેટિંગના સિદ્ધાંતને સારી રીતે સમજીએ. ફક્ત કોઈ કાકા, ભાઈ, ભત્રીજા કે મિત્રના કહેવાથી ના જોડાઓ. ભલે રોકાણ ફક્ત હજારનું હોય પરંતુ સારી રીતે સમજ્યા પછી જ જોડાઓ. સામાન્ય જીવનમાં ધ્યાન આપો, જો તમે સો રૂપિયાના ફળ પણ ખરીદો છો તો પહેલાં એને ચારેબાજુથી જુઓ છો પછી ખરીદો છો. નેટવર્ક માર્કેટિંગ નિમ્ન સિદ્ધાંત પર આધારિત છે .

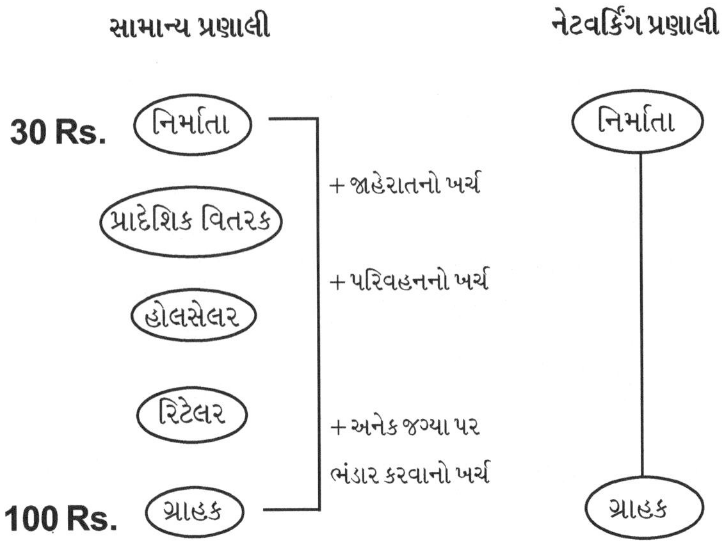

આ સીધો-સાદો સિદ્ધાંત તમારે સમજવો પડશે કે નેટવર્ક માર્કેટિંગ કંપની પોતાના ઘરેથી કોઈને કમિશન નથી આપતી, પરંતુ અનેક પ્રકારની વેચાણ ચેનલોના કમિશન, અનેક સ્થળો પર ટ્રાન્સપોર્ટિંગ, ભંડાર કરવાનો ખર્ચ તથા જાહેરાતનો ખર્ચ હટાવી દઈને જે મોટી રકમ બચે છે, તે રકમ ડિસ્ટ્રીબ્યૂટરોમાં વહેંચવામાં આવે છે. આવક વહેંચવી હકીકતમાં શક્ય છે.

આ સિદ્ધાંત જો તમને તાર્કિક રૂપથી સમજમાં આવી ગયો હોય તો સમજો કે તમે નેટવર્ક માર્કેટિંગનો આધાર સમજી લીધો છે. આ સિદ્ધાંત સમજતા જ નેટવર્કિંગ વિશે તમારી કેટલીય નકારાત્મક ધારણાઓ દૂર થઈ જશે અને તમે આનંદિત થઈ ઊઠશો.

સૂત્ર - ૩

પોતાના મનથી પૂછો

તમે તમારી જરૂરિયાતોનો અભ્યાસ કરી લીધો અને તમે નેટવર્ક માર્કેટિંગનો સિદ્ધાંત પણ સમજી લીધો.

હવે પોતાના મનની અંદર ઊંડા ઊતરો અને સ્વયંને પૂછો :

- શું નેટવર્ક માર્કેટિંગ તમારા સપનાઓને પામવાનું માધ્યમ બની શકે છે ?
- શું તમારી અંદર સુંદર ભવિષ્ય માટે સંઘર્ષ કરવાની ક્ષમતા છે ?
- શું તમે સમય પ્રબંધન કરીને આ હેતુસર સમય નિકાળવા તૈયાર છો ?
- શું તમે નેટવર્ક માર્કેટિંગના સિદ્ધાંતથી મનથી સહમત છો ?

જો તમે મનથી આ વેપાર માટે ઉત્સુક થઈ ગયા છો તથા તમારી બુદ્ધિ કહી રહી છે કે તમને અવસરની જરૂરિયાત છે તો એક વખત પરિવારજનોની સલાહ લો. મારી સલાહ છે કે તમે આ બધી ચર્ચાઓમાં પોતાના જીવનસાથીને અવશ્ય સામેલ કરો. જો તમારા પરિવારનો કોઈ સદસ્ય તમને આ દિશમાં કોઈ મહત્ત્વપૂર્ણ સલાહ આપે તો જરૂર લો.

નેટવર્કિંગમાં પ્રશિક્ષણ કાર્યક્રમોના સિલસિલામાં તેમજ વેપારના વ્યાપ માટે બહાર જવાની જરૂરિયાત પડી શકે છે, આવી સ્થિતિમાં જીવનસાથીને તમારા કાર્યોની બધી જ જાણકારી હોવી જોઈએ. આ બિઝનેસ ફક્ત તમારો નહીં, તમારા પરિવારનો પણ છે કેમ કે નવા લોકોથી અનેક વખત પારિવારિક માહોલમાં ચર્ચા કરવી પડે છે, મોટાભાગના કાર્યક્રમોમાં પત્નીની સાથે ચર્ચા કરવી પડે છે. જો તમારા જીવનસાથી તમારા વેપારની અસીમિત સંભાવનાઓને સમજી શકે છે તો એ પણ તમારી સાથે આનો વ્યાપ વધારવામાં જોડાઈ જશે.

જો તમે જોડાતા પહેલાં કોઈ પ્લાન શોમાં અથવા સેમિનારમાં જઈ રહ્યા છો તો પોતાના જીવનસાથી સાથે જાઓ. તમે બંનેનો આ પ્રણાલી પર વિશ્વાસ સુદૃઢ થઈ જશે. કેટલીક વખત અલ્પજ્ઞાન અને ધારણાઓને કારણે પરિવારના સદસ્યો નકારાત્મક ઉત્તર આપે છે, આવી સ્થિતિમાં એમને બધા જ પ્રકારના રહસ્યોથી વાકેફ કરો, મીટિંગમાં લઈ જાઓ અને પોતાના વિવેકનો ઉપયોગ કરો.

તેમ છતાં પણ જો તમારી આસપાસના નકારાત્મક લોકો તમને નિરાશ કરી રહ્યા છે તો એમની સલાહ ગૌણ સમજીને પોતાના દમ પર મહત્ત્વપૂર્ણ નિર્ણય લો. તમે જોશો કે થોડા દિવસો પછી એ પણ તમારી સાથે હશે અને સૂરમાં સૂર મેળવતા હશે.

સૂત્ર - ૪

હવે નેટવર્ક
માર્કેટિંગ સાથે જોડાવાનો નિર્ણય લો

તમને આ પ્રણાલીની જરૂરિયાત છે, તમે આ સિદ્ધાંતને સમજી ચૂક્યા છો, તમારું મન પણ સહમતિ આપે છે, તમે પરિવારના સદસ્યોને પણ જાણકારી આપી ચૂક્યા છો. છતાં પણ તમે આ પ્રણાલી સાથે જોડાવાનો પાક્કો નિર્ણય લઈને કાગળની કાર્યવાહીની દિશામાં આગળ નથી વધી રહ્યા, અવઢવમાં ફરી રહ્યા છો, તો તમારે જાગવું પડશે.

જો જોડાવા ઇચ્છો છો તો નિર્ણયને પાછો ન ધકેલો. જો તમે વધારે વિચારવાનો સમય લીધો તો તમારો જોશ મંદ પડી જશે, નકારાત્મક વિચાર તમને ઘેરી લેશે અને અવસર દેવતા નિકળીને કોઈ બીજા દ્વાર પર જતાં રહેશે.

દઢ નિર્ણય લઈને ઉત્સાહપૂર્વક હાસ્ય રેલાવો, કેમ કે હવે તમારી પાસે એક એવું માધ્યમ છે કે તમે તમારા પરિવારને ભવિષ્યની નવી દિશા આપી શકો છો. **જોડાવાનો નિર્ણય કોઈ પ્રલોભનમાં કે પ્રણાલીને વગર સમજે ના લો. જો તમે એ વિચારીને જોડાઈ રહ્યા છો કે તમારો વેપાર કોઈ બીજા વધારી દેશે તો વધારે સંભાવના છે કે તમને નિરાશા હાથ લાગે. પોતાના ભવિષ્યની રચના ખુદ કરવાની છે, પોતાના દમ પર પોતાના સપનાં પૂરાં કરવાના છે, એ વિચારીને નિર્ણય લો.**

★★★

સૂત્ર - ૫

જોડાવાથી પહેલાં કંપનીઓનું અધ્યયન કરો

વર્તમાનમાં ભારતીય બજારોમાં સેંકડો નેટવર્કિંગ કંપનીઓ છે, આમાંથી કેટલીક સૈદ્ધાંતિક છે તો કેટલીકમાં ગોલમાલ સાફ નજરે પડે છે. સીધે-સીધું રોકાણ કરીને જોડાતા પહેલાં એ કંપનીનું પૂરી રીતે અધ્યયન કરી લો. એના પહેલાના રેકોર્ડ પણ વિચાર કરો. કંપનીની સાથે કામકાજની રીત પણ સમજો.

જરૂર પડે તો એ કંપનીઓ સાથે જોડાયેલા નેટવર્કર સાથે ખુલ્લા મને ચર્ચા કરો. જે કંપનીથી જોડાવાનો પ્રસ્તાવ તમારી પાસે આવ્યો છે, જો એ તમારી દષ્ટિએ શ્રેષ્ઠ છે તો તમને સારી એવી જાણકારી છે તો તમે એ કંપની સાથે ભવિષ્યમાં જોડાઈ શકો છો.

કંપનીનું અધ્યયન કરવાની વાત હું એ માટે કહું છું કે છેલ્લાં કેટલાંક વર્ષોમાં ગાજર-મૂળાની જેમ ખૂબ વધારે કંપનીઓએ જન્મ લીધો છે. કેટલીક તો ફક્ત કાગળો પર ચાલી રહી છે.

મારી જાણકારીમાં કેટલાંક એવા પણ નેટવર્કર છે જેઓએ અધ્યયન કર્યા વગર જ કંપની સાથે સીધા જોડાઈ ગયા. કેટલાંક સમય પછી એ કંપની બંધ થઈ ગઈ અને આજીવન કમાણીનું સપનું રોળાઈ ગયું. ભારે મહેનત વ્યર્થ ચાલી ગઈ તેમજ આ આઘાતથી એમણે બધું જ ખોઈ નાખ્યું.

સૂત્ર - ૬

ઉત્તમ તથા પ્રચલિત ઉત્પાદનોવાળી કંપની પસંદ કરો

ફક્ત કંપનીનું નામ અથવા એ પ્રસ્તાવને રજૂ કરવાવાળા વ્યક્તિને ધ્યાનમાં રાખીને ના જોડાઓ, એ કંપનીના ઉત્પાદનોનું પણ અધ્યયન કરો. નિમ્ન પ્રશ્ન ખુદથી પૂછો અને યોગ્ય જવાબ શોધો-

- શું ઉત્પાદનો / સેવાઓનો ભાવ વ્યાજબી છે ?
- શું ઉત્પાદન ભારતીય બજાર તથા માનસિક્તાથી અનુકૂળ છે ?
- શું ઉત્પાદનો / સેવાઓને સામાન્ય લોકો ઉપયોગ કરી શકશે ?
- શું ઉત્પાદનોની ગુણવત્તા શ્રેષ્ઠ છે ?
- શું ઉત્પાદનોનું પેકિંગ તથા પ્રકાર પ્રસ્તુત કરવા યોગ્ય છે ?
- શું ઉત્પાદન / સેવાઓ આધુનિક છે ?
- શું ઉત્પાદન વિશ્વસનીય લાગી રહ્યું છે ?
- શું ઉત્પાદનો વિશે વાત કરતાં સમયે તમને ખુશી થશે?

એક સીધો સવાલ પોતાને પૂછો કે જો કોઈ અન્ય વ્યક્તિ એ ઉત્પાદનોને ખરીદવા માટે તમને કહે તો શું તમે ખરીદી શકશો. ઊંડાણપૂર્વક વિચારો, તમે પોતે એ ઉત્પાદનો વિશે શું વિચારો છો.

સૂત્ર - ૭

યોગ્ય આર્થિક સિદ્ધાંતવાળી કંપનીની પસંદગી કરો

લાંબી પ્રગત માટે જરૂરી છે કે, કંપનીની આર્થિક નીતિઓ યોગ્ય હોય. સમય લઈને ઊંડાણતાથી કંપનીની કાર્યપ્રણાલી અને ચૂકવણી પ્રણાલીને સમજો:-

- કંપની ધનકેન્દ્રિત છે કે લોકો પર કેન્દ્રિત ?
- કંપનીમાં પ્રારંભિક રોકાણ કેટલું છે ?
- શું એ રોકાણ કરવાથી તમને ઉત્પાદન મળી રહ્યું છે ?
- શું પસંદ ન આવવાથી તમે ઉત્પાદન પાછું કરીને નિશ્ચિત સમયસીમામાં અલગ થઈ શકો છો ?
- શું કોઈ વાર્ષિક પંજીકરણ / રજિસ્ટ્રેશન શુલ્ક છે ? શું એ વ્યાજબી છે ?
- તમારી કમાણી / કમિશનની ચૂકવણી કેવી રીતે કરવામાં આવશે, દર અઠવાડીયે, દર મહિને, છ મહિનામાં કે એક વર્ષમાં ?

જો તમને લાગે છે કે કંપની વ્યાજબી પ્રવેશશુલ્ક લઈ રહી છે અને એની અવેજીમાં ઉત્પાદન આપી રહી છે, ખરા સમયે ચૂકવણી કરી રહી છે, વારંવાર અલગ અલગ પૈસા નથી લઈ રહી તો નિ:સંદેહ એ શ્રેષ્ઠ કંપની છે.

સૂત્ર - ૮

પ્રશિક્ષણ તેમજ
સપોર્ટ સિસ્ટમ જીવનદાયી છે

મેં છેલ્લાં બે વર્ષમાં ભારતની ખૂબ વધારે કંપનીઓની કાર્યપ્રણાલીનું ઊંડાણપૂર્વક અધ્યયન કર્યું છે. આ અધ્યયનથી એ વાત સામે આવી કે મોટાભાગની કંપનીઓ ફક્ત લોકોને જોડવા અથવા ઉત્પાદન વેચવામાં બધું જ ધ્યાન લગાવી રહી છે. પોતાના ડિસ્ટ્રીબ્યૂટરને પ્રશિક્ષિત કરવા એમની પાસે નક્કર કાર્ય યોજના નથી.

હું બધી જ નેટવર્ક કંપનીઓ, એમના પ્રબંધન અને ઉચ્ચ લીડરોને આગાહ કરું છું કે જો વેપારને લાંબા સમય સુધી જીવિત રાખવો છે તો સાથીઓનું મનોબળ બનાવી રાખવાનું છે, અસક્રિય લોકોની સંખ્યા ઓછી કરવી છે તો તાત્કાલિક ઉત્તમ પ્રશિક્ષણ તંત્રની સ્થાપના કરો.

જો તમે આ સંબંધમાં કોઈ પણ માર્ગદર્શન/કન્સલટન્સી ઇચ્છો છો તો હું પોતાની ટીમ સાથે તમને પૂરી મદદ કરી શકું છું. અમે નેટવર્કર પ્રશિક્ષણ પર જબરદસ્ત તૈયારી કરી છે. નવા લોકો માટે પ્રવેશ પ્રોગ્રામ બનાવ્યા છે. જે લોકો કંપનીમાં થોડા સમયથી જ જોડાયા છે, એમના માટે અમે કેટલાય કાર્યક્રમ બનાવ્યા છે જેમ કે -

- નેટવર્કિંગમાં વાતચીતની રીત
- નેટવર્કિંગમાં સ્ટેજ પર ભાષણ આપવાની કળા

- અપલાઇન - ડાઉનલાઇન સંબંધ
- ડાઉનલાઇનમાં લીડર બનાવવાની ટેકનીક
- સમય પ્રબંધન
- આત્મવિશ્વાસ અને ઉત્સાહ
- લક્ષ્ય નિર્ધારિણ
- ઓછા સમયમાં વિસ્ફોટક બિઝનેસની રીતો

કંપનીનો એક ભાગ બનીને અમે આ કાર્યક્રમોની પૂરી રૂપરેખા બનાવીને આપીએ છીએ તેમજ સાથે-સાથે અમારી ટીમ પ્રશિક્ષણની સંપૂર્ણ જવાબદારી લે છે.

જો કંપની પ્રબંધન જાગરૂક કે ઉત્સુક ન હોય અને ટ્રેનિંગનું મહત્ત્વ ન સમજી રહ્યો હોય તો લીડર પોતાના સ્તર પર પોતાની ડાઉનલાઇન માટે પ્રશિક્ષણ કાર્યક્રમોની શરૂઆત કરી શકે છે. ખાસ વાત એ છે કે આમાં લીડરના ખિસ્સામાંથી કશું નથી જતું, બધા જ પ્રતિભાગી પોતાની ફી સ્વયં આપે છે.

અમે હંમેશાં લીડરોને કહીએ છીએ કે તમે ફક્ત પહેલો કાર્યક્રમ આયોજીત કરવા માટે દમ લગાવો, એના પછી આગળના કાર્યક્રમ માટે તમારી પાસે પહેલાથી જ રજિસ્ટ્રેશન ઇચ્છનાર લોકોની ભીડ લાગી જશે. ધીરે-ધીરે સંપૂર્ણ ડાઉનલાઇનમાં ટ્રેનિંગ લેવાવાળાઓનો ઉત્સાહ વધી જશે.

મુદ્દાની વાત એ છે કે જો તમે નવા છો અને નેટવર્કિંગ કંપનીને પસંદ કરી રહ્યા છો તો પ્રશિક્ષણ તંત્ર તેમજ સામગ્રીની પૂરી જાણકારી મેળવો.

સૂત્ર - ૯

ઉત્તમ અપલાઇન પસંદ કરો અને જોડાઈ જાઓ

જો તમે અન્ય બધી જ જાણકારીઓ મેળવી લીધી છે અને તમારું મન સંતુષ્ટ છે, તો હવે જોડાતાં પહેલાં મારી સલાહ છે કે એક ઉત્તમ અપલાઇન પસંદ કરો.

બની શકે છે કે, મારી આ સલાહ કેટલાંક નેટવર્કરોને પસંદ ન આવે પરંતુ હું એમનાથી ક્ષમા માંગવાની સાથે મારી આ સલાહ પર અડગ છું. જે પ્રકારે ખેલાડી ખેલમાં નિખાર લાવવા માટે સાચો કોચ પસંદ કરે છે, માતા-પિતા બાળકોને ભવિષ્ય ઉજ્જવળ કરવા માટે શ્રેષ્ઠ શિક્ષકની શરણમાં મોકલે છે, એ જ પ્રકારે નેટવર્ક માર્કેટિંગમાં ડાયમંડ બનવા માટે તમારે અપલાઇનમાં સારા લોકો સાથે જોડાણ હોવું જરૂરી છે.

ઉત્તમ અપલાઇન એટલે મારો આશય એ નથી કે એ દેખાવમાં સુંદર હોય, મોંઘા કપડા પહેરતો હોય અથવા મોટી ગાડીઓમાં ફરતો હોય.

ઉત્તમ અપલાઇનનો અર્થ છે જે ટ્રેનિંગમાં વિશ્વાસ કરતો હોય, કંપની અને ઉત્પાદનો પર એની આસ્થા હોય, જે નેટવર્કિંગ પ્રત્યે ગંભીર હોય, જે તમારી જિજ્ઞાસાઓનું નિવારણ કરી શકે, જે સમયનો પાબંદ હોય અને જે શરૂઆતના સમયમાં તમારી ડાઉનલાઇન વિકસિત કરવામાં તમારી મદદ કરે.

એક સારી અપલાઇન તે છે જેની છબિ સારી હોય અને એને તમે પરિવાર તેમજ પ્રૉસ્પેક્ટની સામે સન્માનથી રજૂ કરી શકો. એક સારી અપલાઇન એ છે, જેનું વ્યક્તિત્વ વિકસિત હોય અને જેનામાં પોતાની સફળતા માટે આત્મવિશ્વાસ હોય. એક સારી અપલાઇન એ છે, જે તમને પ્રેરિત કરવાની ક્ષમતા રાખતી હોય.

મારું માનવું છે કે, એક સારી અપલાઇન
એક સામાન્ય વ્યક્તિને અસામાન્ય સફળતા
અપાવવામાં મહત્ત્વપૂર્ણ યોગદાન આપી શકે છે
અને એક નિમ્ન અપલાઇન પોતાની ડાઉનલાઇનનું
મનોબળ નબળું કરીને એમને અસફળ બનાવી
શકે છે અને બિઝનેસ પ્રતિ
વિરક્તિ પેદા કરી શકે છે.

સૂત્ર - ૧૦

ખુલ્લી આંખોથી એક સપનું જુઓ

હું મારી કાર્યશાળાઓમાં જ્યારે લોકોને પૂછું છું કે શું તમારી પાસે કોઈ નક્કર સપનું છે, તો મોટાભાગના લોકો પાસે કોઈ જવાબ નથી હોતો.

મિત્રો, જિંદગી એટલી મશીની થઈ ગઈ છે કે આપણી પાસે સપના જોવાનો સમય પણ નથી રહેતો. જિંદગીમાં એટલી મુશ્કેલીઓ છે કે સપના જોવાનું સાહસ પણ નથી રહ્યું અને કેટલાય લોકો તો એ પણ કહે છે કે સપના જોવાનો અર્થ શું છે, જ્યારે એ પૂરા ન થઈ શકતા હોય. **હું તમને કહું છું કે તમારી સાથે જે પણ બન્યું, તમે સમયની થપ્પડોથી કેટલીય વખત નીચે પડી ચૂક્યા છો પરંતુ આજે એક મોકો છે. ઉઠી જાઓ અને ખુલ્લી આંખોથી એક સપનું જુઓ.** એક સપનું જેમાં તમારા માટે એક ઉત્તમ ઘર કે કાર હોય, એક સપનું જેમાં બાળકોની ઉચ્ચ શિક્ષા હોય એક સપનું જેમાં વર્લ્ડ ટૂર હોય કે એક સપનું જેમાં તમારા માતા-પિતાના આરામદાયક વૃદ્ધાવસ્થાનું આયોજન હોય અથવા કોઈ સપનું જે તમને સંતોષ પ્રદાન કરે.

શરૂઆતમાં તમને સપના જોવામાં મુશ્કેલીઓ આવી શકે છે, કેમ કે હંમેશાં નવા લોકો તો સપનાને એક પુસ્તકીયો ડાયલોગ સમજીને હસી પડે છે. ઉંડાણથી વિચારો, જો સપનું નહીં હોય તો મંઝિલ નહીં હોય, મંઝિલ નહી હોય તો દિશા નહીં હોય, દિશા નહીં હોય તો તમે જીવનભર ભટકતાં રહેશો. થોડી મહેનત કરો અને સ્વયંને પૂછો કે હું આખરે આ જીવન પાસેથી શું મેળવવા ઇચ્છું છું. આ ખુલ્લી આંખોનું સપનું તમારા માટે ઈંધણનું કાર્ય કરશે.

★★★

સૂત્ર - ૧૧

પોતાના સપનાને વારંવાર જુઓ, લખી લો, ચિત્ર બનાવી લો

તમે એક વિચાર સાંભળ્યો હશે કે, “ જો જૂઠું પણ વારંવાર બોલવામાં આવે તો એ સાચું લાગવા લાગે છે.”

બરોબર એવી જ રીતે જ્યારે તમે તમારા સપનાને વારંવાર જોશો, એના વિશે ગંભીરતાથી વિચારશો તો ધીરે-ધીરે એ સરળ લાગવા લાગશે. શરૂઆતમાં જે સપનું હકીકતથી છેટું લાગતું હતું, એ હકીકતમાં બદલાવવા લાગશે.

એ સપના વિશે લખી લો, એનું ચિત્ર બનાવી લો, એ સપનાથી જોડાયેલા ફોટોગ્રાફ કે પોસ્ટર ખરીદી લો. જ્યાં જ્યાં તમે વધારે સમય વિતાવો છો, ત્યાં તમે એને રાખી દો જેથી એ તમને વારંવાર નજર આવે. આ રીતે એ સપનાને, એ લક્ષ્યને તમે ઝંઝોડતા રહો અને તમારી અંદર આળસને ના આવવા દો.

સારી હોસ્પિટલોના પ્રસૂતિ વોર્ડમાં સુંદર બાળકોની હસતી-રમતી તસવીરો લગાવવામાં આવે છે, એની પાછળ આ જ તર્ક હોય છે કે મહિલાઓ એ તસવીરોને જોઈને આનંદિત થઈ જાય અને એવા જ બાળકોની કલ્પના કરે. એ મહિલાઓને તસવીરોમાં રહેલાં બાળકો પોતાના બાળકો જેવા જ લાગે છે. પોતાના સપના સાથે જોડાયેલા પોસ્ટરો જ્યારે તમે લગાવશો તો વારંવાર જોઈને તમારા સપના પણ તમારા થઈ જશે.

સૂત્ર - ૧૨

સ્વયંથી "સામાન્ય" ન રહેવાનો વાયદો કરો

વેપાર શરૂ કરતાં પહેલાં તમે તમારી સાથે વાયદો કરો કે તમે "આમ" નહી રહો, ભીડનો ભાગ બનીને સામાન્ય જીવન જીવીને નહીં મરો. તમે ભીડથી ઉંચા ઉઠવા માટે સામાન્યથી વિશિષ્ટ બનવા માટે અને **"સામાન્ય"** થી **"ખાસ"** બનવા માટે જે પણ કરવું પડે, એ કાર્ય પૂરી લગનથી કરશો.

તમે તમારા પ્રત્યેક કાર્યને પૂરી તાકાત અને પ્રામાણિક્તાથી બહાના કાઢ્યા વગર કરશો. પોતાના કાર્યો પોતાની સર્વશ્રેષ્ઠ યોગ્યતાથી કરશો. પરિણામ નકારાત્મક હોય કે સકારાત્મક, હવે નિશ્ચય કરી લો કે તમે લક્ષ્ય પ્રાપ્તિ સુધી રોકાશો નહીં, નહીં વિચલિત થાઓ અને થાકશો નહીં. આ **"સામાન્ય"** થી **"ખાસ"** બનવાના સફર હેતુ તમને જે પણ યોગ્યતાઓ પોતાની અંદર વિકસિત કરવી હશે, તમે તે હેતુસર તૈયાર થઈ જાઓ. પોતાના અહંકારને એક કિનારે રાખી દો અને શીખવાની મુદ્રામાં આવી જાઓ કેમ કે **"ખાસ"** બનવાનો આનંદ કંઈક અલગ જ હોય છે. એ આનંદ તમે **"ખાસ"** બનીને જ મહેસૂસ કરી શકશો.

જો તમે ખુદને ખાસ મહેસૂસ કરીને ખાસની જેમ પ્રસ્તુત નહીં થાઓ, તો તમે ક્યારેય ખાસ નહીં બનો. જો તમે ખુદને **"સામાન્ય"** માનશો તો દુનિયા તમને ક્યારેય **"ખાસ"** નહીં માને.

સૂત્ર - ૧૩

કંપની, ઉત્પાદન અને પ્રણાલીને સમજવામાં થોડો સમય લો

બિઝનેસ સાથે જોડાતાં જ તુરંત પ્રૉસ્પેક્ટની પાસે ના જશો, કેમ કે તમારી ઉપર સવાલોનો મારો થશે અને એનો યોગ્ય જવાબ ન આપવા પર તમને દરવાજો બતાવી દેવામાં આવશે.

કંપનીની પૃષ્ઠભૂમિ, કંપનીના ઉત્પાદનોની કિંમત, એમની વેરાયટી, એમની ગુણવત્તા,એમની પેકિંગ, ઉત્પાદનો મળેલાં પ્રમાણપત્ર વગેરેની જાણકીર વિસ્તારથી લો.

કંપનીથી નવા લોકોને જોડવાની પ્રણાલી, એનાથી જોડાયેલી કિંમત, નિયમ તેમજ શરતોને સમજો. જે પણ પ્રસ્તાવ તમને પ્રૉસ્પેક્ટની પાસે લઈને જશો, એની મહત્તમ જાણકારી પ્રાપ્ત કરો. જો તમારી જાણકારી અધૂરી રહી, તો પ્રૉસ્પેક્ટ તમારા ઉપર હાવી થઈ જશે અને જો તમારું જ્ઞાન સારું રહ્યું, તો જ તમે પ્રૉસ્પેક્ટને સંતુષ્ટ કરી શકશો.

આ જાણકારી તમે પ્રારંભિક પ્રશિક્ષણ કાર્યક્રમ, કંપનીના બ્રોશર, વેબસાઇટ તથા પોતાની અપલાઇનથી પ્રાપ્ત કરી શકો છો. આ જાણકારીઓને લેવામાં તમને કેટલાંક કલાક કે દિવસોનો સમય લાગી શકે છે, પરંતુ એ અત્યંત જરૂરી છે કે અહીંયા બિલ્કુલ પણ ચૂક ના કરો.

સૂત્ર - ૧૪

કંપનીના ઉત્પાદનોનો ઉપયોગ સ્વયં જ શરૂ કરો

જો તમે એવી કંપની સાથે જોડાયેલા છો જેનું ઉત્પાદન ઉપયોગમાં લાવી શકો તો તાત્કાલિક ઉપયોગ શરૂ કરો. પોતે પણ ઉપયોગની વિધિ સમજો અને પરિવારના અન્ય સદસ્યોને પણ સમજાવો.

ઉત્પાદનોનો ઉપયોગ કરવાની સાથે જ તમારી જાણકારીઓ ઘણી વધી જશે. જો તમે સંતુષ્ટ છો, તો તમે વધારે તાકાતથી એની પ્રસંશા કરી શકશો.

જો તમે સ્વયં ઉત્પાદનનો ઉપયોગ નથી કરતા, પરંતુ બીજાઓને ઉપયોગ કરવાની સલાહ આપો છો, તો એમના મનમાં સંશય ઉત્પન્ન થાય છે. આ ઉત્પાદનોનો ઉપયોગ કરતા જ તમારી બચત શરૂ થઈ જશે, કેમ કે આનું કેટલુંક કમિશન તમારા ખાતામાં પણ આવશે.

ઉત્પાદનોનો ઉપયોગ કરવાથી તમે ઉપયોગની વિધિ, માત્રા તેમજ અન્ય ગુણોથી વાકેફ થઈ જશો, તથા વધારે આત્મવિશ્વાસથી એને રજૂ કરવા માટે સક્ષમ બનશો.

સૂત્ર - ૧૫

હંમેશાં
હોમવર્ક કરીને જાઓ

શું કહેવું છે, કેટલું કહેવું છે, શું નથી કરવું, કેવી રીતે વાતનો પ્રારંભ કરવાનો છે, એ જાણવા માટે પોતાની અપલાઇન અને ટ્રેનિંગ પ્રોગ્રામની મદદ લો.

પ્રોસ્પેક્ટનું કાર્ય / વ્યવસાય, એમની પૃષ્ઠભૂમિ, એમની રૂચિઓની જેટલી જાણકારી હોઈ શકે છે એ પહેલાથી જ લઈ લો.

કોઈ પ્રોસ્પેક્ટ વધારાની કમાણી માટે જોડાય છે, કોઈ પોતાના ખાલી સમયનો ઉપયોગ કરવા માટે જોડાય છે, કોઈ મિત્ર બનાવવા માટે જોડાય છે તો કોઈ વ્યક્તિત્વનો વિકાસ કરવા માટે જોડાય છે. એમની જરૂરિયાતો મુજબ જ તમારી વાતચીતનું સ્વરૂપ હશે.

પ્રારંભિક કૉલ અપલાઇન કરો અને તમે ધ્યાનથી એનું અધ્યયન કરો. જ્યારે તમારી અંદર આત્મવિશ્વાસ ઉત્પન્ન થઈ જાય ત્યારે તમે તમારા ખભા પર આ જવાબદારી લો. નવા વ્યક્તિ વિશે યોગ્ય જાણકારી લીધા વગર તમે પોતાના મનના તાર એના મનથી નહીં જોડી શકો અને સંવાદનો ગરમ જોશ પુલ નહીં બને. પુલ ત્યારે જ બને છે, જ્યારે તમે સામેવાળાની રુચિની વાત કરો છો.

સૂત્ર - ૧૬

પ્રસ્તાવને આત્મવિશ્વાસ અને સન્માનની સાથે રજૂ કરો

પોતાના વ્યાપારિક પ્રસ્તાવને પૂરી ગંભીરતાથી રજૂ કરો. તમારો આત્મવિશ્વાસ જો અખંડ હશે તો એ શબ્દોના માધ્યમથી સીધા જ સામેવાળાના હૃદયમાં ઊંડાણ સુધી ઉતરી જશે. પોતાના પ્રસ્તાવને એક મોટો અવસર બનાવીને સન્માનની સાથે પ્રસ્તુત કરો.

પ્રસ્તુતિ કરતાં સમયે જો તમે આ પ્રણાલી પ્રત્યે ગર્વ અને વિશ્વાસ અનુભવતા નથી તો તમારી આ કમજોરીને પ્રોસ્પેક્ટ માપી લેશે. તમારો વિશ્વાસ, તમારો ઉત્સાહ, તમારી ઉત્સુક્તા તમારા અવાજમાં સાફ નજર આવવાં જોઈએ.

કેટલાંક નેટવર્કર વધારે સુસ્ત અને ભયભીત અંદાજમાં પોતાની વાત રાખે છે. એમને પહેલાંથી જ ભય હોય છે કે આપણને ઠોકર મારી દેવાશે. આ ભય એમના શબ્દોમાં દેખાય છે અને તેઓ ક્યારેય કોઈને રાજી નથી કરી શકતા.

પૂરી પ્રમાણિક્તા અને સચ્ચાઈથી સત્ય કહો. પ્રોસ્પેક્ટના હિતની વાત કરો. કોઈ પ્રતિદ્વંદ્વી કંપની, લીડર કે કંપનીના બીજા સાથીઓની નિંદા ન કરો. પ્રશ્નોના માધ્યમથી વાતચીતને અનુકૂળ દિશામાં લઈ જાઓ.

સૂત્ર - ૧૭

નકારાત્મક કે આક્રમક ઉત્તર માટે તૈયાર રહો

નેટવર્ક માર્કેટિંગ પ્રણાલીના સંબંધમાં એટલી ભ્રાંતિઓ લોકોના મગજમાં ઘર કર ગઈ છે કે કેટલાંક લોકો આ પ્રણાલીનું નામ સાંભળતા જ પોતાનો કાબૂ ગુમાવી બેસે છે.

કેટલાંક લોકો તો આ પ્રણાલીનો ક-ખ-ગ પણ નથી જાણતા, ફક્ત સાંભળેલી વાતોના આધાર પર વિરોધી બની જાય છે.

જો કોઈ એવા વ્યક્તિનો સામનો તમને થઈ જાય, જે નકારાત્મક વ્યવહાર કરે, તમારું અપમાન કરે અથવા આક્રમક થઈ જાય તો શાંત રહો. તમારા વિવેકનો પ્રયોગ કરો.

જો કોઈ તમારો વિરોધ કરી રહ્યો હોય તો બુદ્ધિમાની બતાવો. એની વાતને કાપો નહીં, એને જૂઠ્ઠો સાબિત ન કરો, ફક્ત તમે તમારી વાત રાખી દો. કોઈને તર્કમાં હરાવી દીધા પછી એને બિઝનેસ સાથે જોડવો કઠિન હોય છે, માટે જીત-હારની સ્થિતિ ઉત્પન્ન ના થવા દો.

ફક્ત એ માનો કે, સામેવાળો વ્યક્તિ તમને 'ના' કહી રહ્યો છે. આ 'ના'ને વ્યક્ત કરવા માટે જેટલું એનું સ્તર છે, તેવા શબ્દોનો તે ઉપયોગ કરી રહ્યો છે. શબ્દો પર ના જશો.

સૂત્ર - ૧૮

વધારાના પ્રલોભન કે ખોટા વાયદા ના કરો

તમે નેટવર્ક માર્કેટિંગમાં કોઈ પણ સ્તર પર હોવ, જૂઠા વાયદા કે વધારાના પ્રલોભન ના આપો. હંમેશાં નેટવર્કર પ્રોસ્પેક્ટને જોડાવા માટે પોતાની તરફથી વધારે બોલી જાય છે. આ જૂઠાણું પછી પકડાઈ જાય છે અને શરમથી ઝૂકવું પડે છે.

ઉત્પાદનોના સંબંધમાં ફક્ત એટલી જ વાત કરો જેટલી કંપની દ્વારા પ્રસ્તુત કરવામાં આવી છે નહીંતર સમસ્યા આવવા પર ઉપભોક્તા તમારા ઉપર આરોપોની બોછાર કરી દેશે.

કોઈને પણ વધારાનું ડિસ્કાઉન્ટ ના આપો, આ ડિસ્કાઉન્ટ એક અંતહીન રેસ છે. તમે જેટલું આપશો, કાલે એનાથી વધારે કોઈ આપશે, પછી ગ્રાહક તમારી પાસેથી વધારે આશા રાખશે અને તમારા પેટ્રોલ અને ટેલિફોનનો ખર્ચ પણ નહીં નીકળે.

પ્રલોભનને બદલે પોતાની સકારાત્મક કાર્યશૈલી પર ભાર આપો, સહયોગ પર ભાર આપો, સિદ્ધાંતો અને સત્યતાથી ભાર આપો, તમારી જુબાનના પાક્કા રહો, પછી જુઓ તમારો વેપાર કેટલી તેજીથી આગળ વધે છે.

સૂત્ર - ૧૯

ફક્ત સારું બતાવશો તો ખરાબ થશે

જો કોઈને પણ તમે આ બિઝનેસ સાથે જોડાવા માટે ફક્ત સારી, મીઠી અને ફોસલાવવાની વાતો બતાવશો, તો વધારે ઉમ્મીદ છે કે એમના દિમાગમાં સંદેહ ઉત્પન્ન થઈ જાય અને એ તમારી સાથે ના જોડાય. માટે પારદર્શી બનો અને પ્રામાણિક રહો. જો કોઈને પણ તમે ઉત્પાદન વિશે બધું જ સારું અને સર્વશ્રેષ્ઠ બતાવશો, તો એ વાત બીજાને નહીં પચે. એ આને તમારો સેલિંગ ફોર્મ્યુલા સમજશે, આથી સકારાત્મકની કોઈ કડવું સત્ય હોય તો તે પણ બતાવો, જેથી વાત થોડી ગ્રહણીય બને.

બધા અપલાઈન પોતાના ડાઉનલાઈનને નેટવર્ક માર્કેટિંગના અદ્ભુત અવસર વિશે જણાવતી વખતે આમાં આવનારી કઠણાઈઓનું પણ વગર અચકાયે જણાવશે તો એમનો રસ્તો સરળ હશે.

સિક્કાની બંને બાજુઓને જાણનારા લોકો વિપરીત પરિસ્થિતિઓમાં નિરાશ નથી થતાં. વાસ્તવિક્તા એ જ છે કે આ બિઝનેસ સરળ નથી, આ બિઝનેસમાં ઘણું બધું નકારાત્મક ઝેલવું પડે છે જેનાથી કેટલીય વખત હૃદયને ઠેસ પહોંચે છે. પરંતુ વાસ્તવિક્તા એ પણ છે કે આ બિઝનેસમાં વગર કોઈ મોટા ખર્ચે સપનાઓને પૂરા કરવાની અથાગ તાકાત પણ છે, જેને કોઈ નકારી ન શકે. માટે ફક્ત સારી નહીં, પણ સત્ય વાત કહેવાની આદત રાખો.

સૂત્ર - ૨૦

પ્રતિદ્વંદીઓની પ્રશંસા કરવાનું સાહસ ઉત્પન્ન કરો

જ્યારે હું કેટલાંક જોશીલા પરંતુ નબળા નેટવર્કરોને મંચો પરથી કે મીટિંગમાં બીજી કંપનીઓની નિંદા કરતા જોઉં છું, તો મને સારું મહેસૂસ નથી થતું.

મિત્રો, જ્યારે પણ તમે કોઈની બુરાઈ કરો છો, તો તમે આપોઆપ કમજોર નજર આવો છો. જ્યારે પણ તમે બીજાઓની ઉપર એક આંગળી ઉઠાવો છો, ત્રણ આંગળી આપમેળે તમારી બાજુ આવી જાય છે.

સ્વામી વિવેકાનંદ જ્યારે નાના હતા ત્યારે એમના શિક્ષકે બ્લેકબોર્ડ પર એક લાઇન ખેંચી દીધી. બધા ઉપસ્થિત બાળકોને કહ્યું કે આ લાઇનને નાની કરીને બતાવો. મોટાભાગના બાળકોએ લાઇનને ભૂસીને નાની કરી. પરંતુ બાળક વિવેકાનંદે એ લાઇનની ઉપર એક બીજી મોટી લાઇન ખેંચી દીધી જેનાથી એ આપોઆપ નાની થઈ ગઈ. આ ઉદાહરણ આપણને અત્યંત સાર્થક સંદેશ આપે છે કે બીજાઓને નાના કરવાને બદલે સ્વયં મોટા બની જાઓ જેથી બીજા આપોઆપ નાના થઈ જાય.

બજારમાં ખૂબ વધારે નેટવર્ક કંપનીઓ કાર્યરત છે. તમે જ્યારે પણ કોઈ સારા પ્રોસ્પેક્ટનો સંપર્ક સાધો છો, તો આ વાતની બહુ જ સંભાવના થઈ જાય છે કે તમારીથી પહેલાં બીજા લોકોએ પણ એમનો સંપર્ક કર્યો હોય. જ્યારે તમારી મીટિંગમાં એ પ્રોસ્પેક્ટ બીજી કંપનીઓ સાથે તમારી કંપનીની તુલના કરે છે, તો

તમે મારી આ સલાહો પર અમલ કરજો.

ભૂલથી પણ બીજી કંપની કે લીડરની નિંદા ના કરતા. જો એ કંપની તમારી કંપનીથી નાની છે, ઓછી પ્રસિદ્ધ છે, ઓછી સ્થાપિત છે, તો ફક્ત એટલું કહો કે આ કંપની વિશે મારી જાણકારી શૂન્ય છે. કેમ કે આને મેં ઉચ્ચક્રમની ગરિમામય કંપનીઓની યાદીમાં જોઈ નથી. એ પછી તરત ચર્ચાને પોતાની કંપની તરફ વાળી લો, અને એ વિષયને ગૌણ કરી દો.

જો એ કંપની તમારી કંપનીથી વધારે મોટી છે, વધારે સ્થાપિત છે, વધારે પ્રસિદ્ધ છે તો તરત કહો કે હાં, એ કંપની પણ અમારી જેમ ઉચ્ચલાઇનની કંપની છે, અમારી જેમ એ પણ સિદ્ધાંતોમાં વિશ્વાસ રાખે છે. આવું કહીને તમે ફક્ત પ્રતિદ્વંદીની પ્રશંસા નથી કરી રહ્યા, પરંતુ પોતાની કંપનીને એ કંપનીની તુલનામાં સ્થાપિત કરી રહ્યા છો.

જો તમે નિંદા કરશો તો એ તમારી વિરુદ્ધ તથ્ય બતાવશે, પછી તમે તથ્ય બતાવશો તો વિવાદ થઈ જશે. જો વિવાદ ન પણ થયો તો ઓછામાં ઓછું અસહમતિ તો થઈ જ જશે. અસહમતિ પછી પ્રોસ્પેક્ટની તમારી સાથે જોડાવવાની સંભાવના ના બરાબર થઈ જશે.

તમારી ગ્રુપ મીટિંગ્સમાં પણ ક્યારેય બીજી કંપની કે લીડરની નિંદા ના કરો. આ વાઈરસ ક્યારે તેજીથી તમારા ગ્રુપમાં ફેલાઈ જાય, તમને ખબર પણ નહીં પડે.

જો ક્યારેય નિંદાની જરૂરિયાત પડી જાય અને તમે રહી ના શકો તો એક આડું હાસ્ય આપી દો અથવા કોઈનું નામ લીધા વગર કેટલીક અપ્રત્યક્ષ લાઇનો બોલી દો. મિત્રો, જનતા અત્યંત સમજદાર છે, બધું જ સમજી જાય છે.

સૂત્ર - ૨૧

પોતાની વાસ્તવિક ક્ષમતાઓને ઓળખો

ઈશ્વરે દરેકને અલગ-અલગ ગુણ અને ક્ષમતાઓની સાથે આ સંસારમાં મોકલ્યા છે. સાથે સાથે દરેકને એ યોગ્યતા પણ આપી છે કે જો તમે કોઈ ક્ષેત્રમાં પાછળ છો તો શીખીને તમે આગળ વધી શકો છો. વ્યક્તિત્વ અને ગુણોની આ વિભિન્નતાને કારણે લોકોની સફળતાની ગતિ અલગ હોય છે અને રૂચિનું ક્ષેત્ર અલગ હોય છે. આ જ વાત નેટવર્ક માર્કેટિંગ પર લાગૂ થાય છે. અહીંયા કોઈ વ્યક્તિ પોતાનું નેટવર્ક બહુ ધીમી ગતિએ વધારે છે પરંતુ ઉત્પાદન ઝડપથી વેચી લે છે, કોઈ બીજો ઉત્પાદન ધીમે વેચે છે પરંતુ લોકોને ઝડપથી જોડે છે, કોઈ ત્રીજો લોકોને ઝડપથી જોડે છે પરંતુ એમને વધારે સમય સુધી પ્રેરણા આપીને સક્રિય નથી રાખી શકતો, કોઈ ચોથો ધીમે-ધીમે જોડે છે, પરંતુ જેટલા પણ જોડાય છે એમને એ કાબેલ બનાવી દે છે.

આ જ કારણ છે કે એક જ કંપની અને એક જ જેવા ઉત્પાદન હોવા છતાં કોઈ સફળ થઈ જાય છે તો કોઈ નિષ્ફળ થઈ જાય છે. માટે મારી સલાહ છે કે પોતાની વાસ્તવિક ક્ષમતાઓને ઓળખો, ધીરે-ધીરે પોતાની અંદર સુધારો લાવો. જે કમિઓ છે, એમાં ઓછપ લાવો. ઉદાહરણ માટે, જો ૧૦ કૉલમાં ફક્ત એક વ્યક્તિ તમારી સાથે જોડાય છે અને તમે ૨ વ્યક્તિઓને જોડવાનું લક્ષ્ય રાખ્યું છે તો નિરાશ ન થાઓ, દસની જગ્યાએ વીસ કૉલ કરો, આપોઆપ બે વ્યક્તિઓ જોડાઈ જશે. પોતાની ક્ષમતાઓ ઓળખીને એના પર કાર્ય કરો.

સૂત્ર - ૨૨

ડુપ્લીકેશન કરો
સફળતા મેળવો

જો તમને આ વેપાર અઘરો લાગતો હોય, જો તમે દોહરાવ કે ડુપ્લીકેશનની તાકાતનું મહત્ત્વ નથી સમજી રહ્યા તો જરા આ ગણિત પર ધ્યાન આપો. જો તમે દર મહિને ફક્ત એક વ્યક્તિને જોડો અને જો એ વ્યક્તિ પણ એવું જ કરે તથા આ સીલસીલો ચાલુ રહે, તો શું તમે જાણો છો કે એક વર્ષના અંતમાં તમારા સંગઠનમાં કેટલા લોકો હશે.

તમે એ જાણીને હેરાન થઈ જશો કે તમારી સાથે ૪,૦૯૬ લોકો હશે. આની ફક્ત એક રીત છે અને એ છે ક્વૉલિટી ડુપ્લીકેશન.

પોતાના બિઝનેસમાં ક્વૉલિટી ડુપ્લીકેશન ઉત્પન્ન કરવા માટે તમારે એક સિસ્ટમ બનાવવી પડશે કે ઉપલબ્ધ સિસ્ટમની સહાયતા લેવી પડશે. આ સિસ્ટમ સરળ અને સ્પષ્ટ હોવી જોઈએ જેથી આને સરળતાથી શીખી શકાય અને બીજાને પણ શીખવાડી શકાય.

આ વેપારમાં વધારે સ્માર્ટનેસ કે ચાલાકીની જરૂર નથી. એમાં સિસ્ટમ પર ચાલવાની જરૂર છે. પોતાની કોઈ સફળ અપલાઇનને ડુપ્લીકેટ કરીને તમે અડધી સફળતા એમ જ પ્રાપ્ત કરી શકો છો.

સૂત્ર - ૨૫

સરળ પ્રસ્તાવ
મુશ્કેલ જવાબ

જ્યારે તમે નેટવર્ક માર્કેટિંગથી સંબંધિત પ્રસ્તાવ લઈને લોકોને મળશો તો તમે એક અનોખો જવાબ સાંભળીને હેરાન થઈ જશો. બની શકે કે એ જવાબ તમને હતોત્સાહિત કરી દે, એ પણ બની શકે કે તમે ઉત્તેજિત થઈ જાઓ પરંતુ તમારે ધીરજ રાખવી પડશે. આગળના અધ્યાયોને વિસ્તારથી વાંચો, આ અઘરા પ્રશ્નોના જવાબોનો રસ્તો આપમેળે નજર આવશે. હંમેશાં લોકો નિમ્ન જવાબ આપે છે.

- મારી પાસે સમય નથી.
- મારાથી આ નહીં થઈ શકે.
- મને ધુત્કારાઈ જવું પસંદ નથી.
- હું બોલવામાં સારો નથી.
- હું મારા વર્તમાન કામથી ખુશ છું.

આવા જવાબ આપણી સામે સવાલ બનીને ઉભા થઈ જાય છે અને એના જવાબ શોધવા આપણા માટે ભારે પડી જાય છે. સાચું કહું તો તમે ધીરે-ધીરે અનુભવથી જ આવી આપત્તિઓનું નિરાકરણ કરવાનું શીખી શકશો. રાતોરાત આનું ચમત્કારિક નિવારણ સંભવ નથી. હા, તમે એ ટેકનીકો શીખી શકો છો જેના માધ્યમથી બીજા સફળ નેટવર્કર આવી આપત્તિઓનું નિરાકરણ કરી શકે છે.

મેં એક આઠ કલાકની વર્કશોપ ''આપત્તિ'' (objection) પર ડિઝાઈન કરી છે, જેમાં વ્યક્તિના વ્યક્તિત્વ, વ્યવહાર અને સ્થિતિ અનુસાર જવાબ આપવાનું પ્રશિક્ષણ આપવામાં આવે છે. આ એક બહુ મોટું શાસ્ત્ર છે.

જ્યારે મેં એક ડાયમંડ મિત્રથી આ સવાલોનું નિરાકરણ કરવાની એની શૈલી પૂછી તો એણે કહ્યું કે જો કોઈ ને એ કહે છે કે **''સમય નથી''** તો -

- હું એને આ વ્યવસાયના એ ઉચ્ચ લીડરો વિશે જણાવું છું જે નેટવર્ક માર્કેટિંગમાં આવતા પહેલાં પણ સફળ અને વ્યસ્ત હતા.

- હું પ્રોસ્પેક્ટને કહું છું કે જો તમે સમયની કમી અનુભવો છો ત્યારે તો આ તમારા માટે એક સોનેરી અવસર છે. એ પછી હું એમને સમયની આઝાદી વિશે વિસ્તારથી જણાવું છું.

- જો કોઈ એ કહે છે કે એ બોલવામાં સારો નથી તો હું એને તરત જ એ સફળ લોકો વિશે જણાવું છું જે આ પ્રણાલી સાથે જોડાતા પહેલાં કશું પણ બોલી શકતા ન હતા અને આજે ધુરંધર વક્તા છે. હું નેટવર્ક પ્રણાલીને વ્યક્તિત્વ વિકાસના સશક્ત માધ્યમના રૂપમાં એમની સામે રજૂ કરું છું.

એ ડાયમંડે કહ્યું કે હું કોઈ પણ સ્થિતિમાં પ્રોસ્પેક્ટનો વિરોધ નથી કરતો, એને નાનો કે જૂઠ્ઠો સાબિત નથી કરતો. લોકોની સામે સાચા ઉદાહરણ, આંતરરાષ્ટ્રીય પત્ર-પત્રિકાઓના ડેટા અને ઠોસ તર્કોથી મારી વાત રાખું છું અને એમને નિર્ણય લેવાનો સમય આપું છું. આ બધી જ વાતો પૂરા ભાવથી અને વિશ્વાસથી કહું છું, માટે મોટાભાગે આવા સવાલોનું નિરાકરણ નીકળી જાય છે.

'ના' સાંભળવાની હિમ્મત પેદા કરવાના નિયમ

"સુગંધ બનીને બગીચાઓથી ઉડ્યાં કરીએ છીએ

ધૂમાડો બની પર્વતોથી ઉડ્યાં કરીએ છીએ

આ કાતરો ખાખ આપણને, ઉડવાથી રોકશે

અમે પગોથી નહીં, ઈરાદાઓથી ઉડ્યાં કરીએ છીએ"

સીધા ફેસબુક પેજ UJJWAL PATNI થી

જે પ્રકારે દરેક બીમારી મીઠી ગોળીથી
ઠીક નથી થતી,
ઈન્જેક્શન લગાવવું પડે છે,
એ જ પ્રકારે જીવન અને કારકિર્દીમાં કેટલીય વાર
કડક અને તકલીફદાયક નિર્ણય લેવા પડે છે.

Ujjwal Patni

નિયમ - ૧

સૌથી ખરાબ સ્થિતિનો સ્વીકાર કરી લો

સારી સ્થિતિની કલ્પના અને સારા સપના તો નેટવર્ક ટ્રેનિંગના અભિન્ન અંગ છે કેમ કે આ સપના જ તમને રેસમાં દોડવાનું ઈંધણ પૂરું પાડે છે.

પરંતુ જો ભય તમારો પીછો ના છોડી રહ્યો હોય તો સૌથી ખરાબ સ્થિતિની કલ્પના કરો. વિચારો, એ પ્રોસ્પેક્ટ વધારેમાં વધારે સામેવાળાં તમારી સાથે શું કરી શકે છે. ના તો એ તમને જાનથી મારી શકે છે, ના તો એ તમને જેલ મોકલી શકે છે, ના એ તમારી પર કોર્ટ કેસ કરી શકે છે, ના એ તમારો રોજગાર છીનવી શકે છે, ના એ તમારું ઘર-બાર છીનવી શકે છે, તો કોઈ પણ પ્રોસ્પેક્ટ તમારી સાથે વધારે શું કરી શકે છે.

કોઈપણ તમને એક અક્ષરનો શબ્દ 'ના' બોલી શકે છે, એવું શું ભયાનક થઈ જશે જો તમે આ શબ્દને સાંભળી લેશો તો. આનાથી પણ ખરાબ ચીજો દુનિયામાં છે, આ તો કશું જ નથી. મોટી વાત તો એ છે કે એ દુનિયાનો અંતિમ પ્રોસ્પેક્ટ નથી, એના પછી પણ હજારો દરવાજા ખુલ્લા છે.

આ દૃષ્ટિથી જોશો તો સામેવાળાનો નકારાત્મક જવાબ તમારા માટે કોઈ મહત્ત્વ નહી રાખે. જે થયું તે થયું, **શું ફરક પડે છે** બોલો અને આગળ વધી જાઓ. હું ફક્ત આ નિયમને યાદ રાખીને મોટામાં મોટું કાર્ય કરવા ઉતરી જાઉં છું. જ્યારે પણ ભય હાવી થાય છે, સૌથી ખરાબ સ્થિતિની કલ્પના કરું છું, વધારેમાં વધારે મારું શું બગડી શકે છે, એમ વિચારીને આગળ વધી જાઉં છું.

નિયમ - ૨

જો સ્થિતિ એટલી ખરાબ ના થઈ હોય તો શું થઈ શકે છે

સૌથી ભયાનક, સૌથી દુઃખદ, સૌથી ખરાબ સ્થિતિની કલ્પના તમે કરી લો. એ પણ વિચારી લો કે તમારું વધારેમાં વધારે શું બગડી શકે છે, એ પણ તમે વિચારી લો.

હવે એ વિચારો કે જો સ્થિતિ એટલી ખરાબ ના થઈ હોય તો શું થઈ શકે છે. કેટલાય પ્રોસ્પેક્ટ તમારી સાથે જોડાઈ શકે છે, હળીમળીને એ તમને ડાયમંડ બનાવી શકે છે. તમે સફળતા તેમજ સમૃદ્ધિના શિખર પર જઈ શકો છો.

તમે તમારા સપનાઓ તરફ એક મહત્ત્વપૂર્ણ પગલું વધારી શકો છો. પોતાની પત્ની અને બાળકોને જેવું જીવન આપવાની તમારી ઈચ્છા હતી, એ પુરી થઈ શકે છે. તમે તમારા માતા-પિતા અને પરિવારને એક નવી જિંદગી આપી શકો છો. તમે વગર ચિંતાએ રાત્રે સુઈ શકો છો, **મેનુ કાર્ડ જોયા વગર જ તમે સારી રેસ્ટોરન્ટમાં જમી શકો છો, વિમાનમાં સફર કરી શકો છો અને ના જાણે શું-શું.** આ બધું જ થઈ શકે છે જો સ્થિતિ એટલી ખરાબ ના થઈ હોય તો. આ બધી જ સુખ-સુવિધાઓ તમે પ્રાપ્ત કરી શકો છો, જો સ્થિતિ એટલી નકારાત્મક ના થઈ હોય તો.

જો ગણિતની દૃષ્ટિએ જુઓ તો ગુમાવવાનું કશું જ નથી, અને મેળવવા માટે સમગ્ર સંસાર છે. શું આટલા ફાયદા છતાં આ મહાસાગરમાં કૂદવા માટે આપણે વધારે વિચારવું જોઈએ.

નિયમ - ૩

એ 'ભયાવહ' સ્થિતિથી બચવા માટે ભવિષ્યમાં શું કરશો

પાછલાં બે નિયમને સમજ્યા પછી એ જરૂરી છે કે આપણે એ ખરાબ સ્થિતિને રોકવાનો પ્રયત્ન કરીએ. આપણે ભવિષ્યના ઉપાયો પર વિચાર કરીએ, જેનાથી એવી પરિસ્થિતિ ના આવે. શું પ્રસ્તુતિમાં કોઈ કમી રહી, શું ખુદના વ્યવહાર અથવા જ્ઞાનમાં કોઈ કમી રહી, શું હોમવર્કમાં કોઈ કમી રહી, નિષ્પક્ષ થઈને પોતાની અસફળતાના કારણોનું વિશ્લેષણ કરો. સ્વયંનું વિશ્લેષણ જેટલી ઈમાનદારીથી તમે કરશો એટલી જ સફળતા મળશે. હંમેશાં જોવામાં આવે છે કે માણસ પોતાને પણ અંધારામાં રાખે છે, પોતાની સાથે પણ ડબલ રોલ રમે છે, આવામાં સુધારાની આશા નગણ્ય થઈ જાય છે.

પ્રોસ્પેક્ટને મળતાં રહો, પરિણામ સકારાત્મક હોય તો આનંદ મનાવો, નકારાત્મક હોય તો તેની પાછળના કારણોને સમજો. એ ક્ષેત્રોમાં કાર્ય કરો અને સુધારો લાવો. જો નકારાત્મક જવાબ તમને સર્વશ્રેષ્ઠ પ્રદર્શન કર્યા પછી મળ્યો છે તો ચિંતાની કોઈ વાત નથી, ભૂલી જાઓ. પરંતુ જો નકારાત્મક જવાબ તમારી અલ્પ જાણકારી કે ત્રુટિપૂર્ણ પ્રસ્તુતિકરણને કારણે મળ્યો છે તો સુધારાની તાત્કાલિક જરૂર છે.

નિયમ - ૪

પહેલીવારમાં 'હા'ની આશા ના રાખો

તમે નેટવર્કિંગમાં નવા હો કે જૂના, એક વાત સીધે-સીધી સમજી લો કે દરેક વખતે **'હા'**ની આશા રાખશો તો નિરાશા હાથ લાગશે. તમે કેટલા અદ્‌ભુત વક્તા હોવ, તમારો અનુભવ કેટલો પણ વ્યાપક હોય છતાં પણ દરેક વખતે તમે, સૌ લોકોને સહમત નહીં કરી શકો. ક્યારેક-ક્યારેક વ્યક્તિ મૂળરૂપથી તમારી સાથે સહમત થાય છે, પરંતુ છતાં પણ તે તુરંત નિર્ણય નથી લઈ શકતો, અથવા લેવા નથી ઈચ્છતો. બની શકે છે કે એ બીજા કે ત્રીજા ફૉલોઅપમાં તમારી સાથે જોડાઈ જાય. માટે એક વખતમાં **હા**ની આશા ન રાખો. સાથે જ ''ના'' સાંભળીને તમારા પ્રયત્નો છોડવાની વાત ક્યારેય ન વિચારો.

જો કોઈ પ્રોસ્પેક્ટ તમને આજે ''ના'' કહે છે તો આનો અર્થ એ નથી કે એ હંમેશાં **ના** જ કહેશે. બની શકે કે એના અનુસાર અત્યારે સાચો સમય ન હોય. તમે વિચલિત થયા વગર ફરીથી ત્રણ મહિના પછી એ વ્યક્તિનો સંપર્ક કરો. જરૂર હોય તો વચ્ચે એક-બે ફો કરી લો. મેં જોયું છે કે જે વ્યક્તિ આજે ''રૂચિ નથી, પસંદ નથી'' કે ''સમય નથી'' કહી રહ્યા છે, એમાંથી કેટલાંક લોકો પાછળથી જોડાઈ જાય છે. આ માટે તમારા બંને વચ્ચે એવો સંબંધ હોવો જોઈએ કે એ રૂચિ ઉત્પન્ન થયા પછી તમને ફોન કરી શકે, બંને વચ્ચે કોઈ હીચકીચાહટ કે નકારાત્મક ઉત્પન્ન ના હોય.

નિયમ - ૫

આપત્તિઓનું નિરાકરણ કરો

પ્રોસ્પેક્ટ કેટલાંક મુદ્દાઓ પર આપત્તિ લઈ રહ્યો છે તો સમજો કે એ રૂચિ લઈ રહ્યો છે, માટે કહેવાય છે કે આપત્તિઓ સારી હોય છે. આ આપત્તિઓનો સામનો કરવા હેતુ હું તમને કેટલીક સલાહ આપી રહ્યો છું જે તમને જરૂર કામ આવશે. સૌથી પ્રચલિત ત્રણ આપત્તિઓની વાત અહીંયા કરવામાં આવી રહી છે.

૧. આપત્તિ - હું સેલ્સમેન નથી, હું વેચી નહીં શકું.
સંભવિત ઉત્તર - તમારે વેચવાનું નથી. તમારે તો ફક્ત જાણકારી આપવાની છે. આ માટે તમે વીડિયો/ઑડિયો/પુસ્તકોની મદદ લઈ શકો છો. અજાણતામાં આપણે કોઈ ફિલ્મ કે હોટલની પ્રશંસા કરીએ છીએ ત્યારે આ જ કરીએ છીએ.

૨. આપત્તિ - મારી પાસે સમય નથી.
સંભવિત ઉત્તર - માટે જ તમને આ વ્યવસાયની વધારે જરૂરત છે. જેથી તમને ભવિષ્યમાં તમારી ઈચ્છાઓ માટે સમય મળી શકે.

૩. આપત્તિ - મારી પાસે ધન નથી.
સંભવિત ઉત્તર - આ બિઝનેસ સાથે જોડાવા માટે કદાચ આ જ સૌથી મહત્ત્વપૂર્ણ કારણ છે. આ નજીવા ખર્ચનો વેપાર છે, બીજામાં ખૂબ વધારે ધનની જરૂર હોય છે. હવે પછી તમે ધનની કમી વિશે નહીં વિચારો.

નિયમ - ૯

'ના'નો અર્થ તમે કમજોર નથી

દુર્ભાગ્યવશ મોટાભાગના લોકોની પ્રારંભિક કેટલીક મીટિંગ સકારાત્મક પરિણામ નથી આપી શકતી અને એ પોતાની ક્ષમતાઓ પર સંદેહ કરવા લાગી જાય છે.

હું એક એવા એમરલ્ડને જાણું છું જે પહેલાં એંસી કૉલમાંથી એકને પણ જોડી નહોતો શક્યો. એ નિરાશ હતો, હતાશ હતો પરંતુ છતાં પણ હિમ્મત કરીને ઝઝૂમતો રહ્યો. ફક્ત ત્રણ મહિના પછી સૌને આશ્ચર્યચકિત કરી નાંખતા એના ગ્રુપની સાઈઝ ૧૮૦૦ લોકોની થઈ ચૂકી હતી. જોતજોતામાં કેટલાંક સમય પછી એ એમરલ્ડ લેવલ સુધી પહોંચી ગયો. મેં એક દિવસ એને કહ્યું, લોકો કેટલાંક લોકોના **ના** બોલતા જ હતાશ થઈને બિઝનેસ પર સંદેહ કરવા લાગે છે અને નિષ્ક્રિય થઈ જાય છે, તમે એંસી લોકોએ ના કહ્યા પછી પણ ઝઝૂમતા રહ્યા, એવું કેમ?

એણે કહ્યું - હું બિઝનેસ છોડીને જૂની જિંદગીમાં પાછો ફરતો તો રોટલી, કપડાં અને મકાનની લડાઈ લડતો રહેતો. એના બદલે હું મારા પરિવારના ભવિષ્ય અને સપનાઓ પર ધ્યાન કરતો રહ્યો. જ્યારે હિમ્મત તૂટી જતી હતી તો સફળ અપલાઈનની જિંદગીને જોતો હતો, પછી વિચાર આવતો હતો કે જો એ આ ઉંચાઈ સુધી પહોંચી શકે છે તો હું પણ પહોંચી શકું છું.

હું લાખો સાથીઓને અપીલ કરું છું કે હિમ્મત ના હારો. એ જિંદગી પર ધ્યાન આપો જે સફળ થયા પછી તમે મેળવવાના છો.

કોઈની ના સાંભળીને નિરાશ ના થતાં,
કેટલીક ''ના'' પછી એક ''હા'' તમારી રાહ જોઈ રહી છે

BUY THIS DVD
नेटवर्क मार्केटिंग
प्रशिक्षण के सूत्र
BUY NOW
टीम को प्रशिक्षित कैसे करें
ट्रेनिंग में किन बातों का ध्यान रखें
किस तरह के कार्यक्रम आयोजित करें
किस तरह के प्रशिक्षण टूल उपयोग करें
No. of Disc | Duration | Format | Language
1 Disc | 61 Min | DVD | Hindi
Call For Product - 9229186002, 9229186001

BUY THIS DVD
नेटवर्क मार्केटिंग
डायमंड बनने का राज
क्राफ्ट सिध्दांत
BUY NOW
Call For Product - 9229186002, 9229186001

ખરી-ખરી વાતો ડાયમંડ હુડનું સત્ય

હું જાણું છું કે હું ખૂબ જ કડવું લખું છું, દુઃખ પહોંચાડું છું, આઘાત કરું છું, ક્યારેક-ક્યારેક સત્યનો અરીસો બતાવીને શરમમાં પણ મૂકી દઉં છું, કોઈની પરવાહ નથી કરતો. કેટલાંક લોકો મને કહે છે કે મારે લેખનમાં થોડી મિઠાશ લાવવી જોઈએ. હું સ્વયંને પ્રશ્ન કરું છું કે હું લેખનમાં મિઠાશ કેવી રીતે લાવું, કેમ કે હું તો સત્ય લખું છું અને સત્ય મોટાભાગે કડવું અને ધારદાર હોય છે. મિઠાશ લાવવા માટે મારે આમાં અસત્ય ભેળવવું પડશે, નેટવર્ક માર્કેટિંગને એકદમ સરળ બતાવવું પડશે, નેટવર્ક કંપનીઓના નામ લખવા પડશે, લીડરનો ફોટો છાપવો પડશે, કોઈને પક્ષ લેવા માટે કોઈ બીજાની સાથે અન્યાય કરવો પડશે અથવા ખોટા આંકડા બતાવવા પડશે. મારી પુસ્તકો લોકોને ડાયમંડ બનવામાં મદદ કરશે કેમ કે હું નેટવર્કિંગનું મૂળ સમજું છું અને એમાં આસ્થા રાખું છું.

જો તમારી અંદર સત્ય કહેવાનું અને સત્ય સાંભળવાનું સાહસ છે, તો મેં આ પુસ્તક ખાસ તમારા માટે લખી છે, પરંતુ જો તમે મીઠી વાતો સાંભળવાના આદી છો તો કોઈ ફોસલાવનારી પુસ્તકને શોધો, આ પુસ્તક તમારા માટે નથી.

હાથ પર હાથ ધરીને ફક્ત સપનાઓનો હવામહેલ બનાવવાથી કશું પ્રાપ્ત નથી થવાનું, પોતાના સપનાઓને મેળવવા માટે ખૂબ જ મહેનત અને નક્કર કાર્યયોજના જરૂરી છે...

ખરી-ખરી - ૧

ઘરેથી નીકળ્યાં વગર કશું નહીં થાય

નેટવર્ક માર્કેટિંગમાં જ નહીં, પરંતુ કોઈપણ ક્ષેત્રમાં ઘેર બેઠા-બેઠા, વગર પ્રયત્ને કોઈ સફળતા હાંસલ નથી થતી. જે લોકો ઘરે બેઠા ભાગ્ય પર ભરોસો કરીને અવસરની રાહ જુએ છે, એમની હાલત હંમેશાં ખરાબ થાય છે. જેઓ વિચારે છે કે જ્યારે પરિસ્થિતિઓ અનુકૂળ થશે, એ દિવસે પૂરી તાકાતથી કામ શરૂ કરીશું તો મારો વિશ્વાસ કરો, તમારા માટે પરિસ્થિતિઓ ક્યારેય પણ અનુકૂળ નહી હોય.

જેઓ જલ્દી ઊઠવાની આળસને કારણે, કામચોરીને કારણે કે કોઈ અન્ય કારણસર કામને બીજા દિવસ પર ટાળી દે છે, તેઓ કામને નહીં પણ પોતાની કિસ્મતને ટાળી રહ્યા છે. ગાદલા પર બેસીને, સોફા પર સુઈને, મોબાઈલ પર વાત કરતાં અને ટીવીનો આનંદ મેળવીને ક્યારેય કોઈને ડાયમંડ હુડ નથી મળ્યો.

જો ડાયમંડ બનવા ઇચ્છો છો તો સૌથી પહેલાં આરામની ઇચ્છાનો ત્યાગ કરો, સુખ-સુવિધાઓની લાલચનો ત્યાગ કરો. 'ના' સાંભળવાના ભયનો નાશ કરો, ફીલ્ડમાં નીકળો, કૉલ પર કૉલ કરો, ત્યાં સુધી ડટ્યા રહો, જ્યાં સુધી તમારું કપાળ પરસેવાથી તરબતર ના થઈ જાય અને પછી કેટલીક પળોના વિશ્રામ અંગે વિચારો. આ કડવું સત્ય જાણી લો કે ઘરેથી બહાર નીકળ્યા વગર તમને કોઈ સફળતા પ્રાપ્ત નહી થાય.

ખરી-ખરી - ૨

એમનું વિચારો જેમનું ઋણ ચૂકવવાનું છે

જીવનમાં આજ સુધી જે લોકોએ પણ તમારા માટે પોતાની ઊંઘ અને આરામનું બલિદાન આપ્યું છે, જે લોકોએ પણ તમારા સુખ અને પાલનને પ્રાથમિક્તા આપતા પોતાના સુખને ગૌણ કર્યું છે, જે લોકોએ પણ પ્રત્યેક પળ તમારું ધ્યાન રાખ્યું અને પોતાના વિશે લાપરવાહ રહ્યા, આજે આ લોકોના ઉપકાર ચૂકવવાનો સમય છે. માતા-પિતા, ભાઈ કે બહેન, આ કોઈ પણ રૂપમાં હોઈ શકે છે.

હું સત્ય વાત તમને કહું છું કે જો આ જીવન ફક્ત તમારું હોત, આના પર કોઈનો પણ અધિકાર ના હોત તો તમે જેમ ઈચ્છો તેમ જીવી શકતા. પરંતુ તમને આ મુકામ સુધી પહોંચાડવામાં ખૂબ વધારે લોકોએ પોતાના સુખોની તિલાંજલિ આપી છે, માટે આ જીવન ફક્ત તમારં નથી, આને તમે લાપરવાહીથી વિતાવીને વ્યર્થ નથી કરી શકતા.

તમે જે પણ ક્ષેત્રમાં હોવ, જો તમે તમારી યોગ્યતાઓ સાથે દગો કરી રહ્યા છો, જો તમે તમારી ક્ષમતાનો ઉપયોગ નથી કરી રહ્યા, જો તમે મહેનત કરવાથી બચવા માટે બહાના બનાવી રહ્યા છો તો તમને શરમ મહેસૂસ થવી જોઈએ. કોના બળ પર જીવી રહ્યા છો તમે ? માતા-પિતા દ્વારા કમાયેલાં ધનના બળ પર...

જો તમે તમારું બધું જ આપી રહ્યા છો, છતાં પણ સફળતાએ તમારો દરવાજો નથી ખખડાવ્યો તો ધીરજ ના છોડો, તમારે શરમમાં મુકાવાની જરૂર નથી કેમ કે તમે પ્રયત્ન તો કરી રહ્યા છો. આજે નહીં તો કાલે, તમે ચોક્કસ સફળ થઈ જશો. વડીલોના આશીર્વાદની સાથે મહેનત જારી રાખો. દરેક સંતાને સમૃદ્ધિ તેમજ સફળતા મેળવવા માટે ત્રણ વાતો પર અમલ કરવો જોઈએ -

પ્રથમ વાત : માં-બાપ તમારા માટે સૌથી મોટા દેવતા છે, એમની દુઆઓ અને આશીર્વાદ લેવાનું ક્યારેય ના ભુલો.

દ્વિતીય વાત : માં-બાપની સેવા પોતે કરજો કેમ કે માં-બાપની સેવા ફક્ત નોકરોના ભરોસે નથી છોડી દેવાતી. પત્નીથી પ્રેમ કરવા માટે નોકર નથી રખાતાં.

ત્રીજી વાત : માં-બાપની જે કમાણી છે, એને દાન-ધર્મમાં ખર્ચ કરજો કેમ કે માં-બાપની કમાણી તમારા માટે બહેન જેવી છે અને બહેનનો ક્યારેય ઉપભોગ નથી કરાતો. એનું તો ‘કન્યાદાન’ જ થાય છે.

માટે મારા નેટવર્કર મિત્રો,

એક સારા કામ માટે કોઈ મુહૂર્તની જરૂરિયાત નથી હોતી અને એક સારા નિર્ણય માટે કોઈ સલાહની જરૂરિયાત નથી હોતી. આજે, અત્યારે, અને આ જ સમયે નિર્ણય લો કે તમે તમારા પરિવારને એક શ્રેષ્ઠ જિંદગી આપશો. એવી જિંદગી આપશો કે માં-બાપ દુઆ કરે કે હે ભગવાન, અમને દરેક જન્મમાં આવી જ સંતાન આપજો.

ખરી - ખરી ૩

દરરોજ
ખુદથી સવાલ કરો

દરેક દિવસ પૂરો થયા પછી પાંચ મિનિટ એકાંતમાં બેસો, સ્વયંનું આકલન કરો. આપણે બીજાઓ વિશે સારું-ખરાબ વિચારવામાં, એમનું ઑડિટ કરવામાં અને એમને સલાહ આપવામાં તો હંમેશાં સમય આપીએ છીએ પરંતુ સ્વયંનું ઑડિટ કરવાનો સમય નથી નીકાળી શકતા. સ્વયંથી કેટલાંક સવાલ કરો અને સ્વયંથી નિષ્પક્ષ જવાબ તમારી અસફળતાઓની ટકાવારીને ઓછી કરશે. સ્વયંથી પૂછો -

- આજનો દિવસ હું કેવી રીતે જીવ્યો, શું એ મારા લક્ષ્યોની દિશામાં હતા ?
- આજના દિવસે કયા એવા બે કાર્ય હતા જેને મેં પૂરી શ્રેષ્ઠતાથી અંજામ આપ્યો?
- આજના દિવસે કયા એ બે કાર્ય હતા જે જરૂરી હતા, પરંતુ હું એને કરી ના શક્યો ?
- આજના દિવસે મારાથી એવી કઈ ભૂલ થઈ કે જે મારે ભવિષ્યમાં ફરીથી ના થાય તેનું ધ્યાન રાખવું જોઈએ ?
- આજે મેં કઈ નવી વાત શીખી ?
- આજે મેં કયો એક નવો સંબંધ બનાવ્યો / પરિચય વધાર્યો ?

આ કેટલાંક સવાલ તમને સ્વયંનું આકલન કરવામાં મદદ કરશે. મિત્રો, કામ કરવાવાળા માટે એક દિવસ પણ ખૂબ મોટો હોય છે અને આળસી લોકો માટે

એ જ કામ માટે એક સપ્તાહ પણ નાનું હોય છે. તમે શું સારું કર્યું, શું ખરાબ કર્યું, આ ત્યાં સુધી તમને ખબર નહીં પડે, જ્યાં સુધી આપ સેલ્ફ ઑડિટ નહીં કરો.

જો તમને લાગે છે કે આ ફક્ત થિયરી છે, આ બધાથી કોઈ ફરક નથી પડતો, તો તમે કેટલાંક દિવસો ફક્ત મારા કહેવાથી આવું કરીને જુઓ. જો આ સવાલ તમારું ભલું નથી કરી શકતા તો એ પણ નક્કી માની લો કે ખરાબ પણ નહીં કરીએ. આ સવાલ તમને ગાઈડ કરશે કે કયા ક્ષેત્રોમાં તમારે મહેનતની જરૂર છે.

યાદ રાખો, આ સવાલ સ્વયંથી પૂરી પ્રામાણિક્તાથી કરજો, કેમ કે સ્વયંથી બેઈમાની કરનારાઓને તો ઉપરવાળો પણ ઠોકર મારી દે છે.

●●●

ખરી-ખરી - ૪

મુશ્કેલીઓ આવશે, એ નક્કી છે
રસ્તા સાથે લાવશે, એ પણ નક્કી છે

જ્યારે પણ કોઈ કહે છે કે નેટવર્ક માર્કેટિંગમાં કોઈ મુશ્કેલી નથી, આ એક સરળ વ્યાપા છે તો મને બહુ આશ્ચર્ય થાય છે. સત્ય એ છે કે આ વેપારની પણ પોતાની મુશ્કેલીઓ છે પરંતુ મોટી વાત એ છે કે આમાં મોટાભાગે મુશ્કેલીઓ બીજા ઉત્પન્ન નથી કરતા, પોતાની જ ઉત્પન્ન કરેલી હોય છે. મુશ્કેલી વગરના જીવનની કલ્પના કરશો તો આખી જિંદગી તણાવમાં રહેશો, કેમ કે એવી જિંદગી કાં તો સપનાઓમાં અથવા તો પિક્ચરોમાં જ મળી શકે છે.

સૌથી પહેલાં તો એ સ્વીકાર કરો કે મુશ્કેલીઓ સફળતાની જંગનો હિસ્સો છે. મુશ્કેલીઓ કોઈપણ હાલતમાં રોકાઈ નથી શકતી, એનું આવવું નક્કી છે. મુશ્કેલીઓથી ડરીને તમે રોકાઈ નથી શકતા, તમારે સામનો કરવો જ પડશે. **હવાઈ જહાજ એરપોર્ટ પર વધારે સુરક્ષિત હોય છે અને સમુદ્રી જહાજ કિનારા પર, પરંતુ એના માટે નથી બનાવવામાં આવતા. એકને આકાશમાં અને બીજાને પાણીમાં નીકળવું જ પડે છે. એમાં જ એમનું સન્માન છે.**

જો તમામ સમજાવટ અને પ્રશિક્ષણ પછી પણ તમે મુશ્કેલીઓને સ્વીકાર કરવાનું સાહસ પેદા નથી કરી શકતા, ચુનોતિઓથી મોં ફેરવી રહ્યા છો તો તમારી સફળતા સંદિગ્ધ છે. જો તમે તમારી ચારે બાજુ નજર ફેરવીને જોશો તો તમને એવી-એવી તકલીફોથી ઝઝૂમતા લોકો નજરે આવશે કે તમને તમારી તકલીફો તુચ્છ લાગશે.

એક વ્યક્તિ સ્કૂટર પર વરસાદની ઋતુમાં રસ્તા પર જઈ રહ્યો હતો. અચાનક બાજુમાંથી પસાર થતી કારનું ટાયર એક ખાડામાં ફસાઈ ગયું. છપાક કરીને કીચડ ઉછળ્યું અને એ વ્યક્તિના સ્કૂટર અને પેન્ટ પર છાંટા પડ્યા. એ કારવાળો કોસવા લાગ્યો. એ પછી એ પોતા પર જ હળબળી ગયો કેમ કે એની પાસે કાર ન હતી. એ સ્વયંને ગરીબ અને અસહાય મહેસૂસ કરી રહ્યો હતો.

એટલામાં એની નજર એક બીજા વ્યક્તિ પર પડી જે રસ્તાની બીજી બાજુ પર લાકડીના બે પાટીયાંવાળી પાટ પર ફાટેલાં કપડામાં ઘસાઈ રહ્યો હતો. ધ્યાનથી જોયું તો એના બે પગ ન હતા. દરેક આવતી જતી ગાડી એ અપંગ વ્યક્તિને કીચડથી નવડાવી રહી હતી. તરત જ એ શરમમાં પડી ગયો. એક નજર એણે પોતાના બંને પગ પર નાંખી, પછી સ્કૂટરને જોયું અને સ્ટાર્ટ કરીને ચાલી ગયો. પછી એણે ક્યારેય પોતાની કિસ્મત અને મુશ્કેલીઓને કોસી નહીં.

મારી ત્રણ સલાહ યાદ રાખો -

- દરેક મુશ્કેલીભર્યા સમયમાં એક ત્રીજા તટસ્થ વ્યક્તિ તરીકે વિચારો, નિરાકરણ આપમેળે નજર આવવા લાગશે.
- જ્યારે સમય વિપરીત ચાલી રહ્યો હોય તો બેસીને આંસુ વહાવવાને બદલે બમણી મહેનત કરો.
- જ્યારે પણ મુશ્કેલી તમારી હિમ્મત તોડવા લાગે, શાંત બેસીને આંખો બંધ કરો અને પોતાના સપનાને ફરીથી જુઓ, એ સપનાની સાથે આવનારા સુખો વિશે વિચારો. મુશ્કેલીઓ આપમેળે તુચ્છ લાગવા લાગશે.

ખરી-ખરી - ૫

બીજાઓના હાથમાં જિંદગીની દોર ના આપો

કલ્પના કરો કે, તમે બહુ લગનથી, બહુ પસંદથી એક શર્ટ ખરીદી. જેવી તમે એ શર્ટ પહેરી, કોઈએ કહ્યું કે તમારા પર એ નથી જચી રહી અને તમે એ પછી એ શર્ટ ફરી ના પહેરી. તમે કોઈ વેપાર કરવાની યોજના બનાવી પરંતુ કોઈ વ્યક્તિએ તમને એ વેપાર વિશે ચાર ખરાબ લાઇનો કહી દીધી અને તમે એ વેપારને જ ત્યાગી દીધો.

તમે કોઈ વ્યક્તિથી વ્યક્તિગતરૂપથી પરિચિત ન હતા, તમારો એની સાથે કોઈ ખરાબ અનુભવ ન હતો પરંતુ છતાં પણ કોઈ બીજાએ તમારા સામે એની બુરાઈ કરી અને તમે હંમેશ માટે એને ખરાબ માની લીધું.

તમારા દિમાગમાં કોઈ અદ્‌ભુત આઈડિયા આવ્યો, તમે એ આઈડિયાને લઈને અત્યંત ઉત્સાહિત છો, અચાનક જ કોઈ એ આઈડિયાને અનુપયોગી કહી દે છે અને તમે હંમેશ માટે એને ત્યાગી દો છો. તમે રેસમાં દોડવા માટે ગભરાઓ છો કેમ કે તમને હારવા પર **લોકો શું કહેશે,** એનો ડર છે.

તમે મંચ પર જઈને ભાષણ આપવાથી ડરો છો કેમ કે ભાષણ બગડી જવા પર **લોકો શું કહેશે** એનો તમને ડર છે. મારી નજરમાં **"લોકો શું કહેશે"**નો ભય સંસારમાં સૌથી મોટો ભય બની ચૂક્યો છે.

“લોકો શું કહેશે” વિચારીને તમે તમારી મોટાભાગના ઉમંગો અને અભિલાષાઓને પોતાની અંદર જ દફન કરી લો છો. વિચારો, તમે કોના માટે જીવી રહ્યા છો, તમારા માટે કે બીજા માટે, તમારી જિંદગી કોની છે તમારી કે બીજાની !

કોઈ કાર્યને પ્રારંભ કરવા માટે બીજા લોકોથી પૂછવાને બદલે સ્વવિવેકથી નિર્ણય લો. આત્મ વિશ્લેષણ કરીને લેવામાં આવેલો નિર્ણય તમારા માટે હંમેશાં ફાયદાકારક હોય છે.

નેટવર્ક માર્કેટિંગ સાથે જોડાવામાં પણ આ સૌથી મોટી સમસ્યા છે. આની સાથે જોડાઈશ તો લોકો શું કહેશે. કૉલ કરીશતો મજાક ઉડાવશે, પ્રસ્તાવ રાખીશ તો અપમાન કરશે, જેવી ખૂબ વાતો તમને ઘેરીને રહે છે, આ કારણે જ તમે તમારી ક્ષમતાઓનો ઉપયોગ નથી કરી શકતા. જો તમે આ ‘‘લોકો શું કહેશે’’ને ભૂલીને પોતાના જીવનની બાગદોર તમારા હાથમાં લઈ લો, તો તમારા જીવનની દશા અને દિશા બંને બદલાઈ જશે.

ખરી-ખરી - ૬

લીડરશિપ
લોકપ્રિયતાની દોડ નથી

હંમેશાં લીડર નેટવર્કિંગના મૂળ ઉદ્દેશ્યને ભૂલીને ડાઉનલાઇનમાં લોકપ્રિયતા હાંસલ કરવાની હરિફાઈ લગાવી દે છે. ડાઉનલાઇન પોતાની અપલાઇનથી વધારે લોકપ્રિય થવા ઇચ્છે છે અને અપલાઇન પોતાની અપલાઇનથી.

સૌ પોતાના અઘોષિત ફેન ક્લબનું નિર્માણ કરી લે છે અને રાજાઓની જેમ વ્યવહાર કરે છે. કેટલાંક લીડર પોતાની ડાઉનલાઇનનો ખોટું અને સાચું, બધું જ સહન કરતા રહે છે જેથી એમની લોકપ્રિયતામાં ફરક ના પડે. આમ કરીને તેઓ પોતાના ઉદાર અને ખુલ્લા વ્યક્તિત્વનો સંકેત આપવા માગે છે. આવા ગ્રુપોમાં ધીરે-ધીરે સિદ્ધાંતો પ્રત્યે આસ્થા ઓછી થતી જાય છે અને આર્થિક નુકસાન ભોગવવું પડે છે.

આ લોકપ્રિયતાની હરિફાઈથી બહાર નીકળો. આ રાજનીતિ નથી, નેટવર્કિંગ છે. લીડરના ખભા પર કેટલાય ડાઉનલાઇન અને એમની આશાઓનો ભાર હોય છે, આ જવાબદારી સાથે ન્યાય કરો. લીડરની જવાબદારી છે કે એ સત્યને સત્ય કહે અને અસત્યને અસત્ય કહે. ભલે પરિસ્થિતિ અનુસાર મખમલમાં લપેટાઈને કહે કે સીધો વાર કરતાં કહે.

લીડર જો ભેદભાવ કરવા લાગશે, લીડર જો ભયભીત થઈને પગલાં નહીં લે તો ગ્રુપનું અસ્તવ્યસ્ત થવું નક્કી છે. મારો અનુભવ કહે છે કે જો તમારી ડાઉનલાઈનમાં કોઈ વ્યક્તિ પ્રભાવશાળી છે પરંતુ સિદ્ધાંતો પર નથી ચાલવા ઇચ્છતો, તમારી વાત નથી સાંભળી રહ્યો, સિસ્ટમ પર નથી તો એને સમજાવવાનો પ્રયત્ન કરો, એને બદલવાનો મોકો આપો.

જો તેમ છતાં પણ ભૂલ દોહરાવી રહ્યો છે તો એને પ્રલોભન ના આપો, એને રોકવાનો પ્રયત્ન ના કરો, એને સીધો જ બહાર જવાનો રસ્તો બતાવો. કોઈના જવાથી કશું જ નથી રોકાતું, ચાર દિવસ પછી બધું જ સામાન્ય થઈ જાય છે. આનાથી તમારા ગ્રુપમાં સૈદ્ધાંતિક, શક્તિશાળી અને પ્રામાણિક હોવાનો સંદેશ જશે અને તમારી લોકપ્રિયતા ઓછી થવાને બદલે વધી જશે.

ખરી-ખરી - ૭

નેટવર્ક માર્કેટિંગમાં ચરિત્રનું મહત્ત્વ

મારું માનવું છે કે બીજા વેપારોના મુકાબલામાં નેટવર્ક માર્કેટિંગમાં ચરિત્ર અને ગુડવિલની વધારે જરૂરિયાત હોય છે. અન્ય વેપારોમાં વ્યક્તિ એક દુકાન પર પહોંચે છે, ઉત્પાદન જુએ છે, જો ઉત્પાદન પસંદ આવે છે, કિંમત ઠીક લાગે તો ખરીદે છે અને ચાલ્યો જાય છે. ત્યાં કાઉન્ટરની પાછળનો વ્યક્તિ સાચો છે કે જૂઠો, ક્રોધી છે કે શાંત, અનુશાસિત છે કે અનુશાસનહીન, ધીરજવાન છે કે હડબડિયો, આ બધી વાતોથી ગ્રાહકને વિશેષ મતલબ નથી હોતો.

એની તુલનામાં નેટવર્ક માર્કેટિંગ બિલકુલ અલગ રીતનો વેપાર છે. આ લોકોનો વેપાર છે, અહીંયા વ્યક્તિ પ્રથમ અને ઉત્પાદન દ્વિતીય છે. અહીંયા વ્યક્તિત્વની ખૂબીઓ પ્રથમ અને ઉત્પાદનની ખૂબીઓ દ્વિતીય છે.

હું કોઈ સંત કે પ્રવચનકાર નથી કે તમને ચરિત્રના ઊંડા પાઠ ભણાવું પરંતુ કેટલીક સીધી વાતો જરૂર કહેવા માંગીશ. આ વેપારમાં તમે એકબીજા સાથે ખૂબ વધારે સમય વિતાવો છો, એકબીજા સાથે મળીને નેટવર્કિંગ કરો છો. વધારે સમય વિતાવવાથી ધીરે-ધીરે તમારું બધું સત્ય બહાર આવી જાય છે. તમારા બધા જૂઠાણાં સામે આવીને તમારું મોં ચિઢવવા લાગે છે. જે લોકો તમારી મીઠી વાતોની જાળમાં ફસાઈને તમારા પ્રશંસક બની બેઠા હતા, એમની સામે તમારું અસલી રૂપ આવી જાય છે. તમારા ગ્રુપમાં તમારી લોકપ્રિયતા ઓછી થવા લાગે છે અને તમારા વિદ્રોહીઓની સંખ્યા વધવા લાગે છે. જો આવી દુર્ગતિથી બચવું

હોય તો નિમ્ન સૂત્રોને જીવનમાં ઉતારો :

- પોતાની ધન-સંપત્તિ અને પોઝિશન વિશે વધારે ચઢાવીને ન બતાવો, જેટલું બતાવશો એટલું જ સંભાળવું મુશ્કેલ થશે.
- જેનાથી પણ જે વાયદો કરો, એને નિભાવો નહીંતર વાયદો ના કરો.
- સમય પર કાર્ય કરો, આનાથી તમે અનુશાસિત હોવાનો સંદેશ જશે.
- ખોટા કાર્યો અને પ્રસ્તાવોને ''ના'' કહીને પાછા વાળવાનું સાહસ રાખો.
- બીજાની બુરાઈ ના કરો. પીઠ પાછળ તો બિલ્કુલ ના કરો કેમ કે જેના પર વિશ્વાસ કરીને મનની વાતો કહેશો, એ જ પહેલાં દગો દેશે.
- દારૂ, સિગારેટ, તમ્બાકુ જેવા દુર્વ્યસનોને બીજાઓની સામે ન લાવો. વધારે સારું રહેશે કે એ બધું છોડી દો.
- અપશબ્દોનો પ્રયોગ ના કરીને પોતાની શાલિન છબિનું નિર્માણ કરો.
- જો અજ્ઞાની છો તો ચુપ રહો, અને જ્ઞાની છો તો અવસરોનો લાભ ઉઠાવીને પોતાનું જ્ઞાન જાહેર કરો.
- ''મોં ખોલો તો મીઠું બોલો''નો ફોર્મ્યુલા યાદ રાખો.
- બીજાઓના પરિવારના સદસ્યો વિશે ભૂલીને પણ ટીકા-ટીપ્પણી ના કરો.
- ઉત્સાહિત રહો, હસતા રહો, સુસ્તની સંગત કોઈ પસંદ નથી કરતું.

મારી લોકપ્રિય કૃતિ ''જીત યા હાર-રહો તૈયાર''માં મેં ગુડવિલ બનાવવા માટે ૨૫ નિયમ બતાવ્યા છે. એ કૃતિના એ અધ્યાયને ધ્યાનથી વાંચો કેમ કે એ નેટવર્ક માર્કેટિંગમાં ઈમેજ બનાવવામાં વધારે કારગર સાબિત થશે.

મિત્રો, ભલે દુનિયા કેટલી પણ, કેમ બદલાઈ ન જાય, પોતાના કામ પ્રતિ પ્રામાણિક, ચરિત્રવાન, બોલવામાં મધુર, લગનશીલ અને કર્મઠ લોકોનું મહત્ત્વ ક્યારેય ઓછું નથી થતું.

ખરી-ખરી - ૮

સક્સેસ
સિન્ડ્રોમથી બચો

નેટવર્ક માર્કેટિંગમાં સફળતા મેળવવી જેટલી મુશ્કેલ છે, એટલી જ મુશ્કેલ છે એ સફળતાને સંભાળી શકવી.

મેં અનેક એવા નેટવર્કર જોયાં છે, જે ખૂબ જ સમૃદ્ધ થયા અને એમની જીવનશૈલી ઝડપથી બદલાઈ ગઈ. આ બિઝનેસના માધ્યમથી એમણે એશોઆરામની બધી વસ્તુઓની પૂર્તિ કરી લીધી. ધનનું આગમન સતત થઈ રહ્યું હતું અને એના જ ભરોસે એમણે પોતાનો ખર્ચ પણ મર્યાદા બહાર વધાર્યો અને દેવું પણ કરી બેઠાં.

થોડાં દિવસો પછી કોઈ કારણવશ એમનો બિઝનેસ કમજોર બડી ગયો. બિઝનેસ કમજોર પડવાના પણ અને કારણ છે, જેમ કે -બિઝને પ્રતિ સમર્પણની ભાવના ઓછી થઈ જવી, ફીલ્ડમાં મહેનત કરવાથી દૂર રહેવું, ડાઉન લાઇન સાથે યોગ્ય વ્યવહાર ન કરવો, અપલાઈનને સન્માન ના આપવું, સમારોહ અને સેમિનારમાં વધારે ભાગ ના લેવો, બિઝનેસના વિસ્તાર માટે અન્ય શહેરોની યાત્રા કરવાથી બચવું. એમને મહેનતને બદલે સુવિધા તેમજ આરામની આદત પડી ગઈ. લોન લઈને હપ્તાઓ તો પોતાના માથા પર બાંધી લીધા, પરંતુ બીજી તરફ આવક ઓછી થતી ગઈ. આ કારણથી તેઓ બરબાદ થઈ ગયા.

જ્યારે નેટવર્કર ઝડપથી ધન કમાય છે, તો એમને એ લાગે છે કે ધનની આ પ્રાપ્તિ આજીવન જારી રહેશે. એક સારી વિચારધારા છે અને એમાં કોઈ ખરાબી

નથી, પરંતુ જો કોઈ કારણવશ ધન આવવાનું સમાપ્ત થઈ ગયું, તો એવી સ્થિતિમાં શું થશે. મારી સલાહ છે કે ધન અર્જિત કરતાં સમયે પોતાની આવકના થોડા હિસ્સાને બચાવતા જાઓ. જ્યારે તમે સારી કમાણી કરી રહ્યાં છો, તો એ ધનનો રોકાણ યોગ્ય જગ્યાઓ અને વસ્તુઓ પર કરો, જ્યાંથી તમને ભવિષ્યમાં આવક થાય.

ધન કમાવવું જેટલું મુશ્કેલ છે, એનાથી ક્યાંય વધારે મુશ્કેલ છે, એ ધનને સંભાળીને રાખળું. ધન ગુમાવી દેવાની આ પ્રક્રિયાને સક્સેસ સિન્ડ્રોમ કહે છે. જ્યારે તમે ધન ગુમાવી દો છો, એ જ સમયે પોતાનું સન્માન, સાથી, આત્મવિશ્વાસ અને પોતાના સપનાઓને પણ ગુમાવી બેસો છો. સક્સેસ સિન્ડ્રોમ જ્યારે તમારા ઉપર હાવી થઈ જાય છે, તો તમે પૂરી રીતથી શૂન્ય થઈ જાઓ છો.

નેટવર્ક માર્કેટિંગથી જોડાયેલી અત્યારના જ સમયમાં એવી અનેક કંપનીઓ માર્કેટમાં આવી, જેમણે પોતાના ડિસ્ટ્રીબ્યૂટરને બમણાં ફાયદાની લાલચ આપીને ઠગી લીધા. આ કંપનીઓએ પોતાના ડિસ્ટ્રીબ્યૂટરથી કહ્યું કે, તેઓ પોતાની કમાણી પાછી કંપનીમાં જ લગાવી દે. ડિસ્ટ્રીબ્યૂટર પણ ઝાંસામાં આવીને પોતાના બધા પૈસા ગુમાવી બેઠાં, કેમ કે કંપનીઓ બંધ થઈ ગઈ.

પોતાની આર્થિક બુદ્ધિનો ઉપયોગ કરો. જો તમને પૈસાની સમજ ઓછી છે, તો વિશેષજ્ઞની સલાહ લો. નેટવર્કરની આ જસમસ્યાઓને જોતાં નેટવર્ક માર્કેટિંગની કાર્યશાળામાં અમે ફાયનેન્શિયલ મેનેજમેન્ટ વિશે લોકોને સલાહ આપવાની પ્રારંભ કરી છે.

તમે પોતાની આવકનો કેટલોક હિસ્સો બચાવતાં જાઓ, જેથી વિષમ પરિસ્થિતિઓમાં તે પૈસા તમારા કામ આવી શકે. જે ધન તમે બચાવી લીધું, અલગ કરી લીધું, એ જ તમારી કમાણી છે. જે તમારા હાથમાં ના આવ્યું અને જે ભવિષ્યમાં છે, તે અનિશ્ચિત છે, કેમ કે કોઈએ પોતાનું ભવિષ્ય નથી જોયું.

બધા નેટવર્કર એ ધ્યાન રાખે કે, સક્સેસ સિન્ડ્રોમનું ભૂત તમારા મસ્તિષ્ક સુધી ના પહોંચી જાય. પોતાની અપલાઇનનું સન્માન અને ડાઉનલાઇનથી પ્રેમ કરો. દરેક પળે મહેનત કરવા દરમિયાન પોતાના સો ટકા આપવાનો પ્રયત્ન કરો. કોઈપણ સ્થિતિમાં હાર ના માનો, બીજાઓ પર નિર્ભર ના રહો. આ તમારું જીવન છે, અને એને સંભાળવાની જવાબદારી તમારી છે. ફક્ત તમારું બચાવેલું ધન જ તમારા કામ આવશે.

ખરી-ખરી - ૯

પોતાના સાથીઓ કરતાં યોગ્ય નજરે આવો

નેટવર્ક માર્કેટિંગના ક્ષેત્રમાં એક જ કંપનીમાં ઘણાં બધા લોકો કાર્ય કરે છે. તે લોકો હંમેશાં એક જ શહેરમાં કામ કરીને પોત-પોતાનો બિઝનેસ મોટો કરવાનો પ્રયાસ કરે છે. આવી સ્થિતિમાં અનેકવાર એક પ્રૉસ્પેક્ટની પાસે એક જ કંપનીના કેટલાય નેટવર્કર પહોંચી જાય છે. એ પ્રૉસ્પેક્ટને એમનામાંથી કોઈ એક વ્યક્તિની પસંદગી કરવાની હોય છે.

નેટવર્ક માર્કેટિંગના ક્ષેત્રમાં તમે સકારાત્મક પ્રતિસ્પર્ધા જરૂર કરો. અન્ય નેટવર્કર જ્યારે કોઈ વ્યક્તિની પાસે બિઝનેસ પ્લાન લઈને પહોંચે અને જ્યારે તમે પહોંચો તો એક ફરક નજરે આવવો જોઈએ. તમારે પોતાની જ કંપનીના અન્ય ડિસ્ટ્રીબ્યૂટરથી વધારે યોગ્ય નજરે આવવું પડશે.

યોગ્ય નજરે આવવું આથી પણ જરૂરી છે, કેમ કે ઉત્પાદન એક છે, પ્લાન એક છે, પેમેન્ટની રીત એક છે, નિયમ-કાયદા એક છે. એવામાં પ્રૉસ્પેક્ટ કોઈ બીજા નેટવર્કરની જગ્યાએ તમને કેમ પસંદ કરે? આ પ્રામાણિક પ્રશ્ન ખુદથી કરો અને કારણ શોધો.

ખુદને યોગ્ય બનાવવા માટે પોતાની પ્રસ્તુતિ પર ધ્યાન આપીને એને સારી બનાવવાનો પ્રયત્ન કરો. વ્યવહારમાં ગરિમા રાખો. વાતચીત શાલીનતાપૂર્વક કરો. દરેક વ્યક્તિ સાથે ઉચ્ચ સ્તરીય વ્યવહાર કાયમ કરવાનો પ્રયાસ કરો. એ સંભવ છે કે, જ્યારે કોઈ વ્યક્તિ તમારાથી મળે, તો એ વ્યક્તિની વાતચીત કરવાનની રીત શાલીનતાપૂર્ણ ના હોય, ત્યારે પણ તમે પોતાના વ્યવહારના સ્તરને હંમેશાં ઊંચું જાળવી રાખો. સામેવાળા વ્યક્તિનો નકારાત્મક પ્રભાવ તમારા વ્યવહાર પર ના પડવો જોઈએ.

ખુદને વ્યવસાયથી સંબંધિત પૂર્ણ જ્ઞાન હોવું જોઈએ. ઉત્પાદનના સંદર્ભમાં સો ટકા જાણકારી હોય. તમારી વાત કરવાની રીત-ભાત અને બિઝનેસ પ્રસ્તુતિ એ પ્રકારથી હોવી જોઈએ કે, બીજા પ્રસ્તુતિકરણથી પ્રભાવિત થઈ શકે. જ્યાં સુધી તમારા અને બીજા નેટવર્કરની વચ્ચે ફરક નહીં હોય, તે વ્યક્તિ તમારી પસંદગી નહીં કરે. તમારાથી મળીને અન્ય લોકોને સારું લાગવું જોઈએ.

એ વાતને હંમેશાં ધ્યાનમાં રાખો કે, તમારી પ્રતિસ્પર્ધા અન્ય કંપનીઓના નેટવર્કરની સાથે તમારા કંપનીના સહકર્મી નેટવર્કરોથી છે. આ એક સકારાત્મક પ્રતિસ્પર્ધા છે, જ્યાં કોઈ બીજાની લાઇનને મોટી નથી કરવાની, બલ્કે ખુદની મોટી લાઇન ખેંચવાની છે. તમારે આ ક્ષેત્રમાં સફળતા પ્રાપ્ત કરવા માટે અન્ય નેટવર્કરની તુલનામાં યોગ્ય, તેજ અને પ્રભાવશાલી નજરે આવવું પડશે.

ખરી-ખરી - ૧૦

યોગ્ય નિર્ણય કરવાની ક્ષમતા સૌથી વધારે મહત્ત્વપૂર્ણ

દરેક વ્યક્તિએ પોતાના કામના પ્રમાણમાં પ્રત્યેક દિવસે નિર્ણય લેવા પડતાં હોય છે. જેઓ નિર્ણય લેતાં નથી, તેઓ અનિર્ણાયકતાને કારણે નિષ્ફળ થઈ જાય છે. મોટાભાગના લોકો એટલા માટે નિષ્ફળ થયા, કારણ કે તેઓમાં નિર્ણય લેવાની ક્ષમતા નહોતી.

નિર્ણય ન લેવો, અનિર્ણાયકતા કરતાં વધારે જોખમકારક છે.ખોટા નિર્ણયથી ભવિષ્યમાં તમને બોધપાઠ મળે છે, અને તમે સાવધ બની જાઓ છો. તમારી ભૂલો તથા ખામીઓની અનુભૂતિ તમને થઈ જાય છે. નિર્ણય ન લેવાને કારણે તમે અનેક પ્રકારના નુકશાન ભોગવો છો.

ચોક્કસ પણે નિર્ણય લો પરંતુ ત્યારે જ જ્યારે તમારું સ્વયં ઉપર નિયંત્રણ હોય, જ્યારે તમે સંપૂર્ણપણે સભાનવસ્થામાં હો, જ્યારે તમે તેના ઉપર સંપૂર્ણ પણે વિચાર કર્યો હોય. તણાવ કે તમારી મનોદશા જ્યારે ખરાબ હોય, ત્યારે એવી પરિસ્થિતિમાં કોઈ પણ નિર્ણય ન લો.

જો પરિસ્થિતિઓ તમારી વિરુદ્ધ હોય, ત્યારે વગર વિચાર્યે લેવાયેલા નિર્ણય સાથે વધારે હાનિ પહોંચાડે છે. જ્યારે આપણે તણાવમાં હોઈએ ત્યારે આપણી તર્કશક્તિ મંદ પડી જાય છે. ભાવનાઓ આપણા ઉપર હાવી બની જાય છે અને આપણે ભૂલ કરી બેસીએ છીએ. ભાવનાઓના પ્રવાહમાં તણાઈને લેવાયેલ નિર્ણય આપણા માટે ઘાતક સાબિત થાય છે.

ક્યારેક ક્યારે એવું જોવા મળે છે કે નેટવર્કર પોતાનું કામ બંધ કરી દે છે કારણ કે કોઈ અપ લાઇન સાથે વિવાદ થઈ ગયો અથવા તો કોઈ ડાઉન લાઇને દુર્વ્યવહાર કર્યો.આવા નિર્ણયો વ્યક્તિ ઉતાવળે લઈ લે છે. તમે તમારા ભવિષ્ય

અંગે ગંભીર હશો, તો કોઈ પણ પ્રકારના ઉતાવળીયા નિર્ણય લેવામાં અચકાશો.

તમે ક્યારેય એવું વિચાર્યું છે કે કોઈ વ્યક્તિ હત્યા, બળાત્કાર કે લૂંટફાટ જેવા દુષ્કૃત્યોને કેવી રીતેઆચરે છે. એ સમયે નકારાત્મક વિચારો એ વ્યક્તિ ઉપર એટલી હદે હાવી બની જાય છેકે તેઓ પોતાના સારાં-ખોટાંના નિર્ણય ને ન કરતાં એ ઘટનાને મૂર્ત રૂપ આપી દે છે.

આવા નિર્ણયોને કારણે આવનારી મુશ્કેલી અને તેના ઘાતક પરિણામોની કોઈકલ્પના પણ કરી શકતા નથી. એટલા માટે ભાવનાઓમાં તણાઈ જઈને કોઈ પણ નિર્ણય લેવાના બદલે યોગ્ય સમયે યોગ્ય નિર્થય લો. યોગ્ય સમયે શાંતિથી લેવામાં આવેલ નિર્ણયનો ફાયદો તમે વર્તમાનની સાથે ભવિષ્યમાં પણ મળશે.

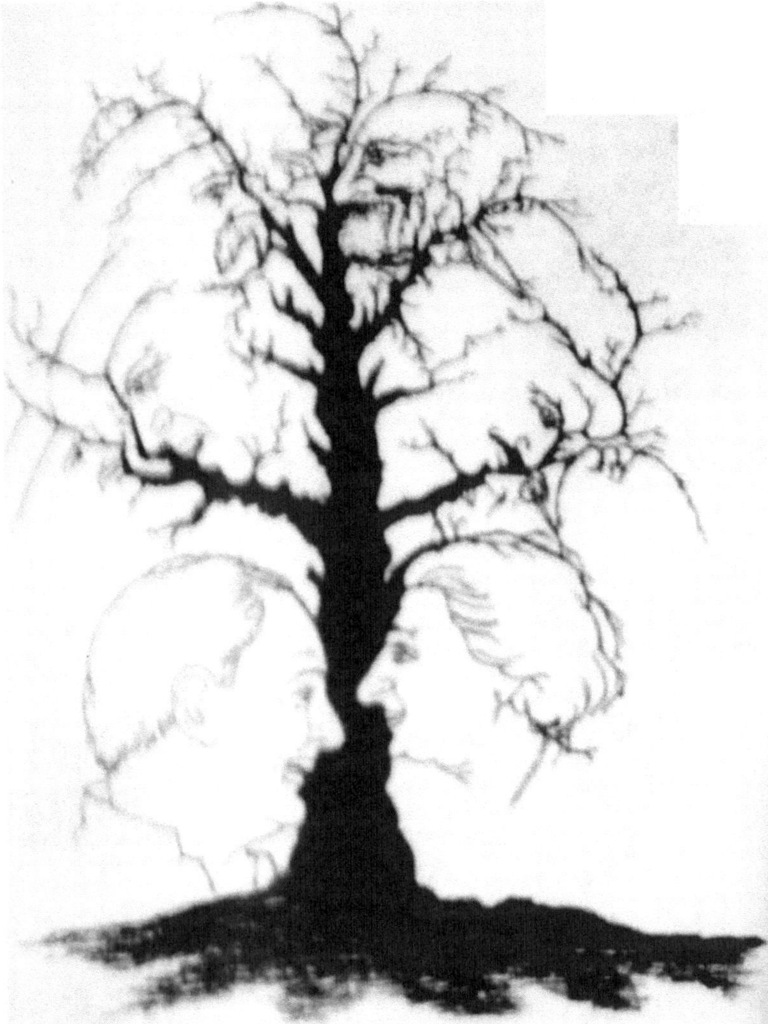

આ ચિત્રમાં શોધો કે તમને કેટલાં ચહેરાં દેખાય છે. જેટલાં નામ તમારા મગજમાં સ્ફૂરે, તમે એ નામોનો ઇ-મેલ અમને કરો. જ્યારે તમને લાગે કે બધાં જ જવાબો મળી ગયા છે, ત્યાંથી એક વાર નવો પ્રયાસ કરો.

E-mail: contact@ujjwalpatni.com

पैसे से बनी
मेरी जिन्दगी
BUY
THIS
DVD
बच्चों के पालन पोषण के आधुनिक तरीके
BUY
NOW
No. of Disc | Duration | Format | Language
1 Disc | 1.45 Hours | Mp3 | Hindi
Call For Product -

નેટવર્ક માર્કેટિંગને સમજો વાર્તાઓથી

"દરેક માણસ દિલનો ખરાબ નથી હોતો,

દરેક ઉઠતો હાથ દુઆ માટે નથી હોતો,
ઓલવાઈ જાય છે દિવા હંમેશાં પોતાની કમીઓથી,
દરેક વખતે વાંક હવાનો નથી હોતો"

વાર્તા - ૧

પોતાના વાનરવેડાથી મુક્ત બનો

નેટવર્ક માર્કેટિંગ અંગે લોકોના મનમાં આટલી બધી નકારાત્મક ધારણાઓ કે રહે છે? દરેક વ્યક્તિએ નેટવર્ક માર્કેટિંગ અંગે થોડું ઘણું સાંભળ્યું હોય છે, તેઓ તેના વિશેઅધિકાંશ વિપરિત અભિપ્રાય કેમ ધરાવે છે? ઘણા લોકોઆ પ્રણાલી અંગે કશું પણ જાણતા હોતા નથી તેઓ સમય આવ્યે તેના સંબંધમાં નકારાત્મક વાતો શા માટે કરે છે? આનું કારણ આ વાર્તા દ્વારા સમજો. ઘણા દિવસો સુધી આ વિષયમાં રિસર્ચ (શોધ) કર્યા પછી એમ લાગવા લાગ્યું છે કે આવા લોકો વાંદરાઓના સિદ્ધાંત ઉપર ચાલી રહ્યા છે.

એક કૂવામાં ખૂબ બધાં વાંદરાઓને ફેંકી દેવામાં આવ્યા. થોડા સમય પછી એ કૂવામાં એક સીડી લટકાવવામાં આવી જેના ઉપર ખૂબ બધા કેળાલટકાવવામાં આવ્યા હતા. કેળા જોઈને વાંદરાઓના મનમાં લાલચ ઉત્પન્ન થઈ. એક વાંદરાએ જેવો કેળા લેવા માટે કૂદકો માર્યો, બહારથી બરફના ઠંડા પાણીને તેમના ઉપર રેડવામાં આવ્યું. વાંદરો થથરી ગયો, એને ખબર પડી નહિ. ઠંડુ પાણી તેની સાથે બીજા વાંદરાઓ ઉપર પણ રેડવામાં આવ્યું.

થોડા વખત પછી બીજા એક વાંદરાએ કેળા તરફ કૂદકો લગાવ્યો, તેના ઉપર પણ ઠંડુ પાણી રેડવામાં આવ્યું. અને બીજા વાંદરાઓ ઉપર પણ ઠંડુ પાણી રેડવામાં આવ્યું.હવે વાંદરાઓને એવી ખબર પડવા લાગી કે કેળા તરફ કૂદકો મારવાને કારણે આ પ્રમાણે બની રહ્યું છે.

થોડા સમય પછી વિચિત્ર એવું દૃશ્ય ત્યાં જોવા મળ્યું, ઠંડા પાણીની બીકનેકારણે હવે કોઈ વાંદરાઓ કેળાં ભણી કૂદકો મારી રહ્યા નહોતા. થોડા સમય પછી કૂવામાં રહેલા એ બધાં વાંદરાઓને એક પછી એક બહાર કાઢી લેવામાં આવ્યા અને તેમની જગ્યાએ બીજા નવા વાંદરાઓનેકૂવામાં નાખી દેવામાં આવ્યા. હવે એ નવા વાંદરાઓમાંથી એક વાંદરો કેળાની લાલચમાં જેવો આગળ વધ્યો એને ખૂબ માર પડ્યો. હવે એવું જોવા મળ્યું કે જ્યારે પણ કોઈ નવો વાંદરો કૂવામાં આવતો અને સીડી ઉપર લટકેલાં કેળાં ભણી કૂદકો મારે એટલે બાકીના વાંદરાઓ તેને પકડીને તેને ખૂબ માર મારતા.

મિત્રો, થોડા સમય પછી હવે કૂવામાં કોઈ જૂના વાંદરા નહોતા જેના ઉપર પાણી રેડવામાં આવ્યું હોય.પરંતુ આ પ્રક્રિયા અવિરત ચાલતી રહી કે જ્યારે કોઈ વાંદરો કેળા તરફ કૂદકો મારવાનો પ્રયત્ન કરતો, બાકીના વાંદરાઓ એને પકડીને એને ખૂબ માર મારતા. આ પ્રમાણે એક રીતે એ કૂવામાં રહેનારા વાંદરાઓની સંસ્કૃતિ બની ગઈ હતી. તેઓએ એ પરંપરાને સ્વીકારી લીધી કે જે કોઈ વાંદરો કેળા તરફ કૂદકો મારે, તેને માર મારવો.

બરાબર એ જ સ્થિતિ નેટવર્ક માર્કેટિંગમાં પણ જોવા મળી રહી છે. અહીંયા કેટલાય લોકો આ બિઝનેસના ગુણ અને દોષ અંગે સ્હેજ પણ માહિતી નથી. લોકોને એ પણ ખબર નથી કે નકારાત્મકતા કેવી રીતે ફેલાઈ છે તો ક્યા કારણો સર, તેઓને આ બિઝનેસમાં નુકશાન વેઠવું પડ્યું તો એ ક્યા કારણોસર છતાં પણ તેની નિંદા કર્યા કરે છે.

લોકોને એ પણ ખબર નથી કે દુનિયામાં એવી અનેક કંપનીઓ છે, જેઓ આજ બિઝનેસના જોરે ૩૦ થી ૪૦ હજાર કરોડની બની ગઈ છે. નેટવર્ક માર્કેટિંગે દુનિયા ભરમાં એક બિલિયન કરતાં પણ વધારે વેપાર કરેલો છે. વગર વિચાર્યે એનો વિરોધ કરી રહ્યા છે. શું આવા લોકો પેલાં કૂવામાં રહેલા વાંદરા જેવા જ નથી. તેમની ઉપર કૂવામાં રહેતી વખતે પાણી નથી રેડવામાં આવ્યું, પરંતુ તેઓ એ પરંપરાનું પાલન કરી રહ્યા છે.

હું તમને ફક્ત એ જણાવવા ઈચ્છું છું કે જો તમે આંખો બંધ કરી તથ્યોની ચકાસણી કર્યા સિવાય વિશ્વાસ કરી લેશો તો જીવનમાં તમે ક્યારેય આગળ વધી શકશો નહિ. વાનરવેડાથી પોતાને સ્વતંત્ર કરી પોતાની પોતાની અક્કલ તથા બુદ્ધિનો ઉપયોગ કરી ખરાં-ખોટાનો નિર્ણય જાતે કરો.તમને ઈશ્વરે એટલી સમજણ

તો આપી છે કે તમે સ્વયં ખરાં-ખોટાનો નિર્ણય કરી શકો.

કોઈ પણ વ્યક્તિનેવેપારમાં નુકસાન ભોગવવું પડ્યું છે તો એનો અર્થ એવો થતો નથી કે વેપાર ખોટો છે. એ શક્યતાઓ વધારે હોય છે કે એ વ્યક્તિની કાર્યશૈલીની રીત ખોટી હોય.

જો આપને લાગે છે કે નેટવર્ક માર્કેટિંગથી તમારા સ્વપ્નાઓ સાકાર થઈ શકે છે, આ બિઝનેસમાં આવવાથી તમને વધારાની આવકનો સ્રોત મળશે, તમે તમારા સમયતો સદુપયોગ કરી પોતાની સમૃદ્ધિને વધારી શકો છો, તો ચોક્કસ નેટવર્ક માર્કેટિંગમાં સાથે જોડાવ. બીજાની દેખાદેખી કરીને કોઈપણ તથ્યોને જાણ્યા વગર વાંદરાની જેમ કૂદકો ના મારશો.

●●●

વાર્તા - ૨

સફળતા પ્રક્રિયામાં સમાયેલ છે

નેટવર્ક માર્કેટિંગ સાથે સંકળાયેલા લોકોની સંખ્યા વિપૂલ પ્રમાણમાં છે.પરંતુ આવું કેમ બને છે કે તેમાંથી ઘણાં બધા લોકો બિઝનેસને છોડી દે છે કે નિષ્ક્રિય બની જાય છે.ખરેખર તો નેટવર્ક માર્કેટિંગમાંથી પલાયન કરનારા લોકો બિઝનેસની આ પ્રક્રિયામાં તપવા તથા પરસેવો વહેવડાવા માટે તૈયાર હોતા નથી અને ન તો તેઓમાં એટલો દમ હોય છે.

દુનિયામાં એવો ક્યો વ્યવસાય છે, જેમાં સફળતા પ્રાપ્ત કરવા માટે લોકોએ તપવું ના પડ્યું હોય. આપણે શિખર ઉપર બિરાજમાન અધિકાંશ લોકોના જીવન તપાસીએ તો ખબર પડશે કે તેમના જીવનમાં આપણાં કરતાં વધારે કષ્ટ હતું.

અમિતાભ બચ્ચને આરંભના દિવસોમાં પોતાના અવાજ અને લાંબા કદને કારણે ફિલ્મોમાં કેટલા ધક્કા ખાવા પડ્યા હતા. જે કોકિલકંઠી ને આપણે લતા મંગેશકરના નામે ઓળખીએ છીએ, તેમણે પોતાનું પ્રથમ ગીત બહેનની ફી ભરવા માટે ગાવું પડ્યું હતું. ઑસ્કાર વિજેતા એ. આર. રહેમાન ટેકસી ચલાવતા હતા. સુપર સ્ટાર રજનીકાંત જેમની પૂજા દક્ષિણ ભારતમાં કરવામાં આવે છે, તેઓ પહેલાં કંડક્ટરનું કામ કરતા હતા.દરેક સુપર સ્ટારે પોતાનો લક્ષ્ય મૂશ્કેલીઓ વેઠીને જ પ્રાપ્ત કરેલ છે.પરંતુ આપણે લોકો આ પ્રક્રિયાનો ભાગ બનવા ઇચ્છતા

નથી. સફળતા પ્રાપ્ત કરવા માટે આપણે સંઘર્ષ કરવા ઈચ્છતા નથી. ધન અને સમૃદ્ધિ માટે દરેક શોર્ટ કટ જોઈએ. ખરી સફળતા ત્યારેજ પ્રાપ્ત થશે, જ્યારે તમારે સફળ બનવા માટે પરિશ્રમ વેઠવો પડે. એમ પણ કહેવાય છે કે જો તમારી ઉપર કોઈ અઘરી સમસ્યા આવી રહી છે તો સમજી લો કે ઈશ્વર તમને મોટી જવાબદારી આપતા પહેલાં તમારી પરીક્ષા લઈ રહ્યા છે. જેટલી મોટી પરીક્ષા હશે, એટલી મોટી જવાબદારી અને પુરસ્કાર તમારી રાહ જોઈ રહ્યા છે.

એક ગામમાં શંકર નામનો એક વૃદ્ધ વ્યક્તિ રહેતો હતો. તેની ઉંમર ૮૦ વર્ષ થઈ ગઈ હોવા છતાં પણ એ વ્યક્તિ ૪૦ વર્ષનો હોય તેવો દેખાતો હતો. એ પોતાની શારીરિક ક્ષમતાઓના જોરે યુવાનો પણ પરાસ્ત કરી દેતો હતો. ધીમે ધીમે તેની ખ્યાતિ ચારેય બાજુ ફેલાવા લાગી. બધા લોકો એ જાણવા ઈચ્છા રાખતા હતા કે એવું તો એ શું ખાય છે જેને કારણે ઉંમરની અસર તેના ઉપર દેખાતી નથી. આ વાત તો રાજા સુધી પણ પહોંચી ગઈ. રાજાએ પોતાના ગુપ્તચરોને શંકરની પાછળ મૂકી દીધા.

તેઓએ જોયું કે શંકર રોજેય પોતાના ઘેરથી નીકળીને લાંબી પદ યાત્રા કરી દુર સ્થિત એક પહાડી ઉપર જાય છે અને એ પહાડની ટોચે રહેલ એક ઝાડનું ફળ તોડીને ખાય છે અને પોતાના ઘેર પાછો ફરે છે. ગુપ્તચરોએ મહારાજને જણાવ્યું, મહારાજ, એ પહાડની ટોચે રહેલું જે ફળ ખાય છે, એજ તેના વૃદ્ધત્વમાં રહેલી તેની યુવાનીનું રહસ્ય છે.

મહારાજે શંકરને પોતાના દરબારમાં બોલાવીને મારે પણ એ ફળ જોઈએ છે. શંકરે કહ્યું કાલે સૂર્ય નીકળતાં વેંત આપે મારી સાથે આવવું પડશે. બીજા દિવસે ફળની શોધમાં મહારાજ જ્યારે શંકર સાથે પહાડી તરફ જવા માટે નીકળ્યા ત્યારે તેઓ થાકી ગયા.મહારાજે શંકરને પૂછ્યું, હજુ કેટલું દૂર જવું પડશે. શંકરે કહ્યું, બસ થોડે દૂર જ, ચાલતાં ચાલતાં પહાડ આવી ગયો.શંકરે મહારાજને જણાવ્યું કે આની ઉપરની ચડીને આ પહાડીની ટોચ ઉપર પહોંચવું પડશે. મહારાજે કહ્યું અમે ફળ કોઈ સેવકને મોકલીને મંગાવી લઈએ. શંકરે કહ્યું કે ફળ તો આપે

સ્વયં તોડીને ખાવું પડશે. અનેક મૂશ્કેલીઓનો સામનો કરીને મહારાજ પહાડ ઉપર ચઢ્યા. ત્યાં બોરનું ઝાડ ઉપરથી થોડાં બોર તોડીને શંકરે મહારાજના હાથમાં મૂકતાં કહ્યું - મહારાજ લો, આજ એ ફળ છે. મહારાજે ક્રોધિત થઈને બોલ્યા કે શું મને મૂર્ખ ધારી લીધો છે, આ તો સામાન્ય બોરના ફળ છે, આનાથી કોઈ કેવી રીતે યુવાન બની શકે છે?

શંકરે મહારાજને નમ્રતાપૂર્વક કહ્યું- આ બોરના ફળથી કોઈ યુવાન બની શકતું નથી. આ બોરના ફળને તોડવા માટે હું દરરોજ ૧૦ કિલોમીટરની યાત્રા કરું છું.એને કારણે હું સ્વસ્થ રહું છું. તાકાત ફળમાં નથી, પરંતુ ફળને પ્રાપ્ત કરવા માટે મારા દ્વારા કરવામાં આવેલા કઠિન પ્રયાસોમાં સમાયેલ છે, અને આજ મારા વૃદ્ધત્વમાં રહેલી મારી યુવાનીનું રહસ્ય છે. મહારાજ શંકરની વાતો સાંભળીને ગદ્‌ગદિત થઈ ગયા. મહારાજે શંકરને પુરસ્કાર આપીને સન્માનિત કર્યો. મહારાજને એ વાત સમજમાં આવી ગઈ કે સફળતા પ્રક્રિયામાં સમાયેલ છે.

જેટલાં પણ લોકો પ્રક્રિયામાં મહેનત કરીને સફળતા પ્રાપ્ત કરવાને બદલે શોર્ટકટ અપનાવે છે, તેઓ લાંબા સમય સુધી સફળતાનાશિખર ઉપર કબ્જો જમાવી રાખી શકતા નથી. કોઈ પણ વ્યક્તિને જો પહાડ ઉપરથી ફળ તોડીને લાવી આપવામાં આવે તો તેનું સ્વાસ્થ્ય શંકરના જેવું બની શકતું નથી આપણે દરેકે પ્રક્રિયાઓનું સન્માન કરવું પડશે. આપણે પણ કઠોર પરિશ્રમ કરવા માટે તૈયાર રહેવું પડશે, જેને બધા લોકો કરવા ઈચ્છતા નથી. શોર્ટકટથી ધન પ્રાપ્તકરવાને બદલે, કોઈને ખોટા વાયદાઓ કે દગો આપવાને બદલે સૈદ્ધાંતિક રીતે વેપાર કરી તમે સફળતા પ્રાપ્ત કરશો તો ટોચ ઉપર ઘણો લાંબો સમય ટકી શકશો.

વાર્તા - ૩

પ્રત્યેક દિવસે પોતાના સ્વપ્નાઓ માટે પ્રમાણિકતાથી પ્રયાસ કરો

દુનિયામાં બધાં જ મહાન બનવા તથા સફળ બનવાની ઇચ્છા ધરાવે છે. જો આપણે મહાન બનવું છે તો આપણા જીવનના લક્ષ્યો પણ મહાન અને મોટાં હોવા જોઈએ. મોટા લક્ષ્યોને પ્રાપ્ત કરવા માટેનું એક જ રહસ્ય છે, વિશાળ સ્વપ્નાઓ નિહાળો અને ધ્યેય પ્રાપ્તિ ન થાય ત્યાં સુધી અટકવું નહિ.

વર્ષ ૧૯૯૮ની વાત છે. એક દિવસે પ્રસિદ્ધ નવલકથા 'ચિકન સૂપ'ના લેખક પોતાની પુત્રીને લઈને 'એયરો હેડ' નામના ખૂબ વિશાળ ડૅફોડિલ પાર્કમાં ફરી રહ્યા હતા. જ્યાં જૂઓ ત્યાં સેંકડોની સંખ્યામાં ડૅફોડિલ ઉગ્યા હતા.આશ્ચર્ય ચકિત પુત્રીએ પિતાને પ્રશ્ન પૂછ્યો, આટલું વિશાળ કામ કેવી રીતે થઈ શક્યું હશે? આમાંતો અનેક લોકોએ મહેનત કરી હશે. પિતાએ હાસ્ય વેર્યું.

બન્ને બગીચાની મધ્યમાં પહોંચ્યા. ત્યારે એક બૉર્ડ ઉપર લખવામાં આવ્યું હતું કે "બે હાથ બે પગ અને સામાન્ય બુદ્ધિ વાળી એક સ્ત્રીએ ૧૯૫૮માં આ બગીચાનું સ્વપ્ન નિહાળ્યું હતું." એને અંગ્રેજીમાં આ પ્રમાણે લખવામાં આવેલ છે, "ટૂ હેન્ડ્ઝ, ટૂ ફીટ્સ, વન લિટલ બ્રેન, વન એટ ટાઈમ." એક સામાન્ય સ્ત્રી એકલીએ જ ૪૦ વર્ષો સુધી દર રોજ એક ડૅફોડિલનો છોડ રોપ્યો અને એની ઇચ્છાશક્તિને કારણે, એક અત્યંત વિશાળ બગીચાની રચના થઈ ગઈ.

આપણી પાસે અનેક સ્વપ્નો અને યોજનાઓ હોય છે, પરંતુ એ સ્પષ્ટ હોતું નથી કે તેને પ્રાપ્ત કેવી રીતે કરી શકાય. દૈનિક જીવનમાં આપણે એટલા બધા વ્યસ્ત બની જઈએ છીએ કે સવારથી રાત્રિ સુધી આપણી પાસે સમય જ હોતો

નથી. આવામાં કોઈ એક નવા સ્વપ્ન કે લક્ષ્યના માટે સમય ફાળવવો અત્યંત કઠીન કામ છે.

દરરોજ એક વિશાળ વૃક્ષ ઉપર પૂર્ણ તાકાત સહિત માત્ર પાંચ વાર તેજ ધાર વાળી કૂહાડીથી વાર કરો, તો ગમે એટલું મજબૂત વૃક્ષ કેમ ન હોય, એક દિવસે એ કપાઈને ચોક્કસ પડી જશે.

બરાબર એ જ પ્રમાણે તમારું સ્વપ્ન ગમે તેટલું મોટું કેમ ન હોય, તમારું લક્ષ્ય ભલે ગમે તેટલું દૂર કેમ ન હોય, તમે તેને પૂર્ણ કરવા માટેતમારે થોડો સમય, સંનિષ્ઠ પ્રયાસો અને અથાગ પરિશ્રમના રૂપમાં લગાવવો પડશે. તમને લક્ષ્ય પ્રાપ્તિ કરતાં દુનિયાની કોઈ પણ તાકાત અટકાવી શકશે નહિ.

સપનું નાનું હોય કે મોટું, એને પૂર્ણ કરવામાં એટલો જ પરિશ્રમ ખર્ચાય છે તો શા માટે નાનું સ્વપ્ન જોવાનું. નાના સ્વપ્ન પણ એટલો જ સમય લે છે, જેટલો સમય મોટાં સ્વપ્નો લે છે. મોટાં સ્વપ્નોમાં તમને આજે મુશ્કેલીઓ દેખાશે પરંતુ એ યાદ રાખો કે દરરોજ, સતત, નાનાં-નાનાં પ્રયાસોથી એ શક્ય છે.

એવું ન કરો કે એક દિવસ પુષ્કળ મહેનત કરી લીધી અને બીજે દિવસે ઠંડા પડી ગયા. લોકો આ જ પ્રમાણે કામ કરે છે, જેને કારણે તેઓ તેઓ ઊંચાઈઓને આંબી શકતા નથી. મોટી યોજના, મોટા સ્વપ્ના,મોટી મહત્ત્વાકાંક્ષા, મોટાં લક્ષ્ય માટે દરરોજ નાનાં-નાનાં પ્રયાસો કરો. સફળતા ચોક્કસ તમારા ચરણોને ચૂમશે.

વાર્તા – ૪

નેટવર્ક માર્કેટિંગની લાલચ લઈ ડૂબે છે

આ વેપારના બે પાસાઓ હોય છે, એક સારો અને બીજો ખરાબ . જે વેપાર શોર્ટકટ વાળો હોય છે કે જેની પદ્ધત્તિમાં ચોરી હોય છે, ત્યાં કાયમ એવું પ્રતીત થાય છે કે અહીંયા ધનની પ્રાપ્તિ વધારે થશે. ધનની લાલચમાં વ્યક્તિ એક પ્રકારે પોતાની આંખો બંધ કરી દે છે અને એ ચુપચાપ કામ કર્યા કરે છે. જો પ્રમાણિક પણે વિચારીએ તો નિશ્ચિત રૂપે આનું દુષ્પરિણામની એને ખબર હોય છે. લાલચ આત્મવિશ્લેષણના દરવાજાઓને બંધ કરી દે છે. લાલચ પરિસ્થિતિઓનું નિષ્પક્ષ રીતે આકલન કરવાની ક્ષમતાને ખતમ કરી નાંખે છે.

વીતેલા કેટલાંક વર્ષોમાં ઘણાં બધા લોકો નેટવર્ક માર્કેટિંગના ચક્કરમાં પોતાની વરસોથી એકઠી કરેલી જમાપૂંજીને ગુમાવી બેઠા છે. જો તમે નેટવર્ક માર્કેટિંગ કંપનીઓનો વિસ્તૃત રૂપે અધ્યયન કરો તોએ કંપનીઓમાંની અમુક અંશે જ કંપનીઓ એવી હતી જેઓ સિદ્ધાંતો ઉપર આધારિત હતી. અધિકાંશતઃ ડૂબી જનારી કંપનીઓના આશય ખરાબ હતા.

નેટવર્ક માર્કેટિંગ કંપનીઓ જેમણે લોકોને વિશાળ કમાણીનોદગો આપ્યો, તેમના પ્લાનમાં જ લાલચ હતી. તેઓ લોકોને રાતોરાત શ્રીમંત બનાવવાના

સ્વપ્નાઓ દેખાડે છે. લોકો પણ લાલચના માર્યા મસમોટી કમાણી કમાણીની છેતરપિંડી કરનાર કંપનીનો ભાગ બની જાય છે. તમને એ ખબર હોય છે કે આ કંપની તમને દગો કરીને ભાગી જઈ શકે છે.પરંતુ લાલચ એવી બૂરી બલા છે કે મનુષ્ય એના ચક્રવ્યૂહમાં ફસાઈ જ જાય છે. વાસ્તવિકતા એ છે કે મનુષ્ય પોતાના લીધે ડૂબે છે, ન કે કંપનીને કારણે.

એક વ્યક્તિએ ગામ લોકોને કહ્યું કે એ સો રૂપિયામાં વાંદરો ખરીદશે જે જેટલા વાંદરા લાવી શકે, લાવીને પૈસા કમાઈ લે. આ વાત સાંભળીને બધાં ગામ નિવાસીઓ પ્રસન્ન થઈ ગયા.

ગામના રહેવાસીઓ વાંદરા પકડવા માટે જંગલ તરફ ભાગ્યા. જે થોડા ઘણાં વાંદરાઓ જંગલમાં હતા, તેઓ પકડાઈ ગયા.

થોડા દિવસો પછી એજ માણસે ગામવાળાઓને કહ્યું કે હવે તે એક વાંદરો પકડવાના તેમને પાંચસો રૂપિયા આપશે. લોકો ઉત્સાહમાં જંગલ તરફ ભાગ્યા, પરંતુ મોટા ભાગના વાંદરાઓ પકડાઈ જવા પામ્યા હતા.

બધાં નિરાશ થઈ ગયો એટલામાં એ વ્યક્તિનો મદદનીશ વાંદરા પકડવા વાળા લોકોની પાસે આવ્યો અને કહ્યું હું તમને ચુપચાપ એક ઉપાય બતાવું છું, હું તમને ત્રણ સો રૂપિયામાં વાંદરા આપીશ. તમે મારા સાહેબને એને પાંચસો માં વેચી દેજો.

ગામ વાળાઓને આ કીમિયો ગમી ગયો અને તેઓએ ત્રણસો - ત્રણસો રૂપિયામાં પેલા માણસ પાસેથી વાંદરાખરીદ્યા અને બીજા દીવસે એને પાંચસોમાં વેચવા માટે એ વ્યક્તિ પાસે ગયા. પરંતુ ન તો ત્યાં એ માણસ હતો જે તેઓ પાસેથી વાંદરા ખરીદતો હતો ન તો તેનો મદદનીશ જેણે લોકોને આ ઉપાય બતાવ્યો હતો. પોતાના દ્વારા જ પકડેલા વાંદરાઓને

સો અને બસોમાં વેચ્યા અને પાછા એજ વાંદરાઓને ત્રણસોમાં ખરીદી બધાં પોતાનું માથું ધુણવા લાગ્યા.

મિત્રો, આપણે આ વાર્તા દ્વારા એ બોધપાઠ મળે છે કે આપણે થોડું ધન કમાઈએ છીએ અને લાલચમાં આવી જઈએ છીએ. વળી થોડું વધારે કમાવા માટેની લાલચ વધતી જ જાય છે. આપણે આપણી જાતને વધારે ધન કમાવાની લાલચની જાળમાં બહાર કાઢી શકતા જ નથી અને જમા પૂંજી ગુમાવી દઈએ છીએ. આ વાતમાં સંપૂર્ણ સત્યતા એ છે કે નેટવર્ક માર્કેટિંગમાં લોકોએ લાલચમાં પોતાની મૂડી ગુમાવી દીધી છે.

એટલા માટે નેટવર્ક માર્કેટિંગને ગંભીર વેપારના સિદ્ધાંતો ઉપર જ સમજી - વિચારીને કરો. શોર્ટકટ અને લાલચવાળાં માર્ગો તમને એક દિવસ ચોક્કસ નુકસાનીના ખાડામાં ઉતારી દેશે.

વાર્તા - ૫

નેટવર્ક માર્કેટિંગ અને ફોકસ

નેટવર્ક માર્કેટિંગમાં સફળતા માટેની સૌથી આવશ્યક બાબત જો હય તો છે ફોકસ. લોકો નેટવર્ક માર્કેટિંગ સાથે જોડાય છે અને શરૂઆતમાં ખૂબ ધ્યાન આપે છે પરંતુ જેવા તેમને લોકો પાસેથી નકારાત્મક જવાબો મળવાના શરૂ થઈ જાય છે, તેઓ ઢીલાં પડી જાય છે. તેમનું ધ્યાન આ વેપારથી ખસી જાય છે.

તેઓ આ વેપાર સાથે જોડાયેલા સ્વપ્નાઓને ભૂલી જાય છે. પરિવારમાં ક્યારેક કંઈ કામ આવી જવાથી, વેપાર કે નોકરીની વ્યસ્તતાને કારણે કે અન્ય કારણોને લીધે તેઓ આ વેપારમાં સાતત્યને જાળવી શકતા નથી. ત્યાર પછી તેમનું ફોકસ આ બિઝનેસ ઉપરથી ખસી જાય છે, અને પુનઃ તેઓ સક્રિય થઈ શકતા નથી.

આ વેપારમાં ફોકસ અત્યંત મહત્ત્વપૂર્ણ છે. જ્યારે ફોકસ નહીં હોય, બિઝનેસમાં ગતિ નહિ હોય. જેટલાં પણ લોકો નેટવર્ક માર્કેટિંગના કાર્યને મંદ ગતિથી કરે છે, તમે એ જાણી લો, મંદ ગતિએ કામ કરવું મૃત્યુ સમાન છે. આ વેપારને તમે જેટલી તીવ્ર ગતિથી કરશો, એટલો વધારે લાભ તમને પ્રાપ્ત થશે.

જો આપણે તીવ્ર ગતિથી કામ કરીશું, વધારે લોકોને મળીશું, વધારે પ્લાન દેખાડીશું, તો વધારે નફો રળી શકીશું. એના તમે સમસ્યાઓનો ઉકેલ લાવી શકો છો.

એક ઘરના લગ્ન દરમિયાનઘરમાં ઉજવણી અને ભીડભાડનું વાતાવરણ હતું. આ બધાંમાં એક ઓરડામાં એક માણસનું ઘડિયાળ ક્યાંક પડી ગયું. એ વ્યક્તિએ એ ઓરડામાં રહેલા તમામ લોકોને જણાવ્યું , મારી એ ઘડિયાળ અત્યંત કિંમતી છે, જે કોઈ તેને શોધી આપશે, હું તેને ઈનામ આપીશ. બધાં લોકો ઘડિયાળ શોધવામાં વ્યસ્ત થઈ ગયા: ધીમે ધીમે બધાં લોકો થાકી ગયા અને અધિકાંશ લોકોએ હાર સ્વીકારી લીધી. એક યુવક આ બધું જોઈ રહ્યો હતો પરંતુ ઘડિયાળ શોધવા માટે સ્હેજ પણ મહેનત કરી રહ્યો નહોતો ઘડિયાળના માલિકે કહ્યું, શું તું ઈનામ મેળવવા ચાહતો નથી. યુવકે કહ્યું ચોક્કસ મેળવવા ચાહું છું. એ વ્યક્તિએ કહ્યું - તું મહેનત કરતો તો નથી દેખાઈ રહ્યો. યુવક શાંત રહ્યો.

જ્યારે બધાં લોકો ચાલ્યા ગયા, આખો ઓરડો ખાલી થઈ ગયો. થોડા સય પશ્ચાત એ યુવકે એ ઘડિયાળ તેના માલિકને લાવીને આપી દીધી. એ વ્યક્તિએ પૂછ્યું આટલા બધાં લોકો ઘડિયાળ શોધવા માટે કલાકો સુધી મહેનત કરી, તેં એવું શું કર્યું કે તને એ મળી ગઈ. યુવકે ઉત્તર આપ્યો કે ખૂબ બધાં લોકો જ્યારે રૂમમાં ભાગદોડ કરી રહ્યા હતા અને હો-હલ્લો મચાવી રહ્યા હતા. મારું ફોકસ માત્ર ને માત્ર એ ઘડિયાળની ટીક ટીકના અવાજ ઉપર કેન્દ્રિત હતું. જેવો અહીંયા આ ઓરડાની ભીડ અને અવાજો બંધ થયા મને ઘડિયાળ સરળતાથી મળી ગઈ. એ વ્યક્તિએ એની વાતોથી રાજી થઈને યુવકને ભેટી પડ્યા અને ઢગલાબંધ ઈનામો આપ્યા.

ફોકસ તમને કોઈ પણ વિષયના ઊંડાણનો પરિચય કરાવે છે. ફોકસ એ બાબતોને સમજવામાં આપણી સહાયતા કરે છે, જે એ ક્ષણે દેખાતી નથી. જો તમે નેટવર્ક માર્કેટિંગના બિઝનેસમાં સફળ બનવાની ઇચ્છા ધરાવો છો, તો પોતાના ગુણ અને દોષ ઉપર ફોકસ કરો, જેના કારણે તમે તમારા ગુણોનો ઉપયોગ કરીને ખામીઓ કે દોષને દૂર કરી સફળતા પ્રાપ્ત કરી શકશો.

અપલાઈન પુરાણ

"દુઆ છે કે સફળતાના શિખર પર તમારું જ નામ હોય

તમારા દરેક પગલાં પર દુનિયાની સલામ હોય
દિલથી તમારા માટે કરીએ છીએ પ્રાર્થના કે
સમય પણ એક દિવસ તમારો ગુલામ હોય"

મૂર્ખ ડાઉનલાઈનો, થોભી જાઓ અપલાઈનનાં મૂળ
કાપશો તો સિસ્ટમરૂપી ઝાડ તમારા ઉપર પણ પડશે
અને નુકસાનથી કોઈ નહીં બચે

અપલાઇન પુરાણ - ૧

અપલાઈન તમને સફળ થતાં જોવા ઈચ્છે છે

દુનિયાની મોટાભાગની વ્યાપારિક પ્રણાલીઓમાં અંદરોઅંદર ગળાકાપ સ્પર્ધા હોય છે, ફક્ત નેટવર્ક માર્કેટિંગ જ એવો વેપાર છે, જ્યાં એકબીજાની મદદ કરવાથી જીત હાંસલ થાય છે અને એકબીજાનો વિરોધ કરવાથી હાર.

તમે તમારા વેપારમાં જે પણ પ્રગતિ કરો છો, એનો જેટલો પણ વિસ્તાર કરો છો, એની કમાણીના કેટલાંક ટકા તમારી અપલાઇનને પણ જાય છે. આ કારણે જ ડાઉનલાઇનને વિકસિત કરવા માટે પૂરી અપલાઇન ટીમ કાર્ય કરે છે. જો ડાઉનલાઇનની કોઈ શ્રૃંખલા નિષ્ક્રિય થઈ જાય તો અપલાઇનની પ્રગતિમાં પણ અડચણ પેદા થઈ જાય છે. સાર એ છે કે ડાઉનલાઇનની જીતમાં જ અપલાઇનની જીત છે અને ડાઉનલાઇનની હારમાં અપલાઇનની હાર, માટે દરેક અપલાઇન પોતાની ડાઉનલાઇનની સફળતા સુનિશ્ચિત કરવામાં પોતાનું સર્વસ્વ દાવ પર લગાવી દે છે.

એક રીતથી જોઈએ તો અપલાઇન પરિવારના સદસ્યની જેમ હોય છે જે દરેક હાલતમાં તમારો વિજય ઇચ્છે છે, માટે પોતાની અપલાઇન પર હૃદયના ઊંડાણથી ભરોસો કરો.

●●●

અપલાઈન પુરાણ - ૨

અપલાઈનની સાથે સમય વિતાવો

જેવી રીતે ઑફિસમાં આપણે આપણાં સહકર્મચારીઓ કે બૉસની સાથે સમય વિતાવીએ છીએ, ઘરમાં પરિવારની સાતે સમય વિતાવીએ છીએ, એવી જ રીતે તમે નેટવર્કિંગમાં પ્રગતિ કરવા માટે પોતાની સફળ અપલાઇનોની સાથે ક્વૉલિટી સમય વિતાવો.

આનાથી તમે અપલાઇનના વ્યક્તિત્વથી પરિચિત થઈ શકશો અને સફળતા માટે પોતાની અંદર એ ગુણોનો વિકસિત કરી શકશો. તમે એ તત્વોની ઓળખાણ કરી શકશો જેની મદદથી અપલાઇને સફળતા પ્રાપ્ત કરી.

બીજાઓની જિજ્ઞાસાઓનું નિવારણ તમારા અપલાઇન કેવી રીતે કરે છે, લિસ્ટ કેવી રીતે બનાવે છે, આમંત્રણ કેવી રીતે આપે છે, પ્રસ્તાવ કેવી રીતે રજૂ કરે છે, આ બધું શીખીને તમે પણ સફળ થઈ શકો છો. પોતાના અપલાઇન સાથે સમય વિતાવવાથી કોઈ નુકસાન મને સમજમાં નથી આવતું અને જે કાર્યમાં નુકસાન સમજમાં ન આવે, એને તરત કરવું જોઈએ.

જો તમે સફળ અપલાઇનની સાથે રહેશો, તો બહારની નકારાત્મકતા તમને પ્રભાવિત નહીં કરે. તમને સતત શ્રેષ્ઠ માર્ગદર્શન મળતું રહેશે.

અપલાઇન પુરાણ - ૩

અપલાઇનનું અનુકરણ કરીને તમે નાના નહીં થઈ જાઓ

કેટલાંક અતિ બુદ્ધિશાળી અને ઈગોવાળા નેટવર્કર અપલાઇનનું અનુસરણ કરવામાં હીનતા અનુભવે છે. પ્રારંભમાં કેટલાંક દિવસ સુધી તો એ અનુકરણ કરવાનો દેખાવ કરે છે પરંતુ પછી અપલાઇનની ઉપેક્ષા કરવા લાગે છે. અપલાઇનની મિટિંગમાં, ટ્રેનિંગમાં તથા અન્ય કાર્યક્રમોમાં તસ્દી નથી લેતા અને સ્વયં દ્વારા આયોજિત કાર્યક્રમોમાં અપલાઇનને નથી બોલાવતા.

મિત્રો, પોતાની સ્વતંત્ર છબિ બનાવવાના આ પ્રયત્નને તમારા ડાઉનલાઇન પણ જોઈ રહ્યા છે. કાલે તમારા ડાઉનલાઇન પણ તમારી સાથે આવું કરશે. તમારી પણ ઉપેક્ષા કરવામાં આવશે અને ત્યારે તમને અહેસાસ થશે કે તમે કેટલી ખોટી પરંપરાના મૂળ ઉગાવ્યા છે.

બની શકે છે કે તમારી ત્વરિત અપલાઇન તમારી તુલનામાં ઓછી પ્રભાવશાળી હોય, પરંતુ છતાં પણ તમારે આ યાદ રાખવાનું છે કે એના માધ્યમથી જ તમને આ અવસર મળ્યો હતો. ભલે તમે એને માથા પર ન બેસાડો, પરંતુ અપલાઇનનું અપમાન પણ ન કરો. અપલાઇનના સારા ગુણોને આત્મસાત કરીને તેમજ સારી આદતોનું અનુસરણ કરીને તમે હીન નહીં, પરંતુ વધારે શક્તિશાળી બનીને ઉભરશો.

અપલાઈન પુરાણ - ૪

અપલાઈનને ડુપ્લીકેટ કરો, અસફળતાની ટકાવારી ઓછી કરો

હું મારા સેમિનારમાં હંમેશાં આ વાત કરું છું કે નેટવર્ક માર્કેટિંગમાં બુદ્ધીશાળીઓની અસફળ થવાની ટકાવારી વધારે હોય છે. બુદ્ધિશાળી નિયમ તોડીને નવા રસ્તા પર ચાલે છે અને પછી અસફળ થઈને વેપાર છોડી દે છે. ક્યારેક-ક્યારેક પ્રારંભમાં કેટલીક સફળતા મળે છે પરંતુ જલ્દી જ હાથમાંથી લપસી જાય છે.

તમારી પહેલાં તમારી અપલાઇનોએ ખૂબ વધારે લોકો સાથે વેપાર કર્યો છે, આથી તેઓ રસ્તામાં આવનારી મુશ્કેલીઓથી પૂરી રીતે પરિચિત છે. જે પરિસ્થિતિઓથી એક નવો નેટવર્કર પસાર થાય છે, એ જ પરિસ્થિતિઓથી સફળ નેટવર્કર પણ પસાર થઈ ચૂક્યા હોય છે. માટે દિમાગ લગાવીને પછડાટ ખાવાને બદલે તમે તમારા અપલાઇન સાથે ચર્ચા-વિચારણા કરો. હું પૂરા દાવા સાથે કહું છું કે જો તમે મંદબુદ્ધિ પણ હોવ, પરંતુ એક સફળ અપલાઇનને સો ટકા ડુપ્લીકેટ કરી રહ્યા છો તો તમારી સફળતાની ટકાવારી અન્ય લોકોથી વધારે થશે. એટલું તો નિશ્ચિત છે કે અસફળ તો તમે કોઈપણ પ્રકારે નહીં થાઓ.

સફળ અપલાઇનની પ્રસ્તુતિના તત્ત્વને સમજો, પૂરી રીતથી એના વ્યક્તિત્વમાં ઘૂસી જાઓ. એ પછી પોતાના વ્યક્તિગત ગુણ એમાં મેળવી લો, પછી તમારી સફળતાને કોઈ નહીં રોકી શકે.

અપલાઈન પુરાણ - ૫

જેવો વ્યવહાર અપલાઈનથી કરશો, તેવો જ ડાઉનલાઈનથી મેળવશો

તમે નવા નેટવર્કર હોવ કે વરિષ્ઠ નેટવર્કર હોવ, પરંતુ નેટવર્ક માર્કેટિંગનો એક સીધો સિદ્ધાંત હંમેશાં યાદ રાખો કે તમારે જે પણ આદત, રીત કે સિદ્ધાંત તમારા સમૂહમાં ફેલાવવી હોય, સૌથી પહેલાં તમે એનું પાલન શરૂ કરો. જો તમે ફક્ત ભાષણ આપી રહ્યા છો અને તમારું આચરણ વિપરીત છે તો તમારા ભાષણનો કોઈ પ્રભાવ નહીં પડે.

તમે અપલાઈનથી પ્રેમ રાખો છો, સામે આવવા પર ઉત્સાહ અને સન્માનથી રજૂ થાઓ છો, પોતાની ડાઉનલાઈનની સામે અપલાઈનની પ્રશંસા કરો છો તો તમે એક ઉત્તમ કાર્ય કરી રહ્યા છો. તમે જોશો કે તમારા ડાઉનલાઈન પણ તમારી સાથે એવો જ વ્યવહાર કરશે, એ પણ તમારી પ્રશંસા અને સન્માન કરશે.

તમે તમારી અપલાઈન સાથે વાત-વાત પર સૌની સામે અસહમતિ બતાવશો અને વિદ્રોહ કરશો, તો તમારી ડાઉનલાઈનમાં પણ એવું કરવાનું સાહસ ઉત્પન્ન થઈ જશે, અને એક દિવસ તમારું રોપેલું તમારે પોતે જ કાપવું પડશે.

આથી જો અપલાઈનથી કોઈ વાત પર તમારી અસહમતિ હોય તો ધીરજ રાખીને બિલ્કુલ વ્યક્તિગત રૂપથી ચર્ચા કરો. બીજાઓની સામે નિંદા કે આલોચના કરવી તમારા ગ્રુપમાં એક નવા અસંતોષને જન્મ આપી શકે છે. અપલાઈનની સામે અને પીઠ પાછળ, દરેક જગ્યાએ સન્માન કરો.

અપલાઇન પુરાણ - ૬

અપલાઈનની કમાણી પર ટિપ્પણી ના કરો

આ કડવું સત્ય છે કે ધન ખૂબ જ મોટું પ્રેરક છે. અપલાઇનની કમાણી અને જીવનશૈલી કેટલાય લોકોના મનમાં જોશ અને ઝનૂન પેદા કરે છે. એમની જગ્યાએ પોતાની કલ્પના કરીને નવા નેટવર્કર રોમાંચિત થઈ ઊઠે છે.

ક્યારેક-ક્યારેક એ પણ જોવામાં આવે છે કે નવા નેટવર્કર પોતાની મીટિંગમાં અપલાઇનની કમાણીના વિસ્તૃત લેખાં-જોખાં આપીને શ્રોતાઓને પ્રભાવિત કરવાનો પ્રયત્ન કરે છે. કેટલાંક નેટવર્કર તો પોતાની અપલાઇન પર એ પણ ટિપ્પણી કરી દે છે કે અમે કામ કરીએ છીએ, અને અપલાઇન એમને કારણે ખાય છે. કેટલાંક નેટવર્કર તક જોયા વગર પોતાની અપલાઇનથી એમની કમાણી સંબંધિત ચર્ચા કરે છે.

મિત્રો, આ સંસારમાં કોઈ કોઈને કારણે નથી ખાતા. સૌનું પોતાનું ભાગ્ય છે. જો તમારી અપલાઈનના હિસ્સામાં તમારી મહેનતનો કેટલોક અંશ જાય છે, તો તમારી ડાઉનલાઈનનો કેટલાંક હિસ્સો તમને જાય છે. માટે બીજા પર ટિપ્પણ કરતાં પહેલાં પોતાની હકીકત પણ સમજી લો.

મીટિંગમાં ક્યારેક-ક્યારેક અપલાઇનની કમાણી કે પોતાની કમાણીનો સંકેત આપવો ખોટો નથી, પરંતુ દરેક વખતે આ વિષયને વચ્ચે લાવવો નુકસાનદાયક છે.

ડાઉનલાઈન પુરાણ

"ઓલવાયેલી શમાં પણ સળગી શકે છે
તોફાનથી નાવ પણ નિકળી શકે છે
થઈને નિરાશ આમ ના પોતાના ઈરાદા બદલ
તારી કિસ્મત ગમે ત્યારે બદલાઈ શકે છે"

ડાઉનલાઈનને યોગ્ય ટ્રેનિંગ, નેટવર્કિંગ સંસ્કાર અને માર્ગદર્શન નહીં આપો તો આવું જ થશે...સંભાળી લો...

ડાઉનલાઈન પુરાણ - ૧

ડાઉનલાઈનને
ચેલો કે ભક્ત ના સમજો

નેટવર્ક માર્કેટિંગમાં સફળતા પણ એક અલગ જ નશો પેદા કરે છે. તમારી ડાઉનલાઈનની ફોજ તમને અત્યંત આદર અને સન્માન આપે છે, તમને ઉપમાઓથી પણ નવાજે છે. એ સ્ટેશન અને એરપોર્ટ પર તમને લેવા સેંકડોની સંખ્યામાં પહોંચે છે, ફૂલમાળાઓથી લાદે છે, જય જયકાર કરે છે, આટલું મોટું સ્વાગત તો રાજનેતાઓને પણ નસીબ નથી હોતું.

આ સ્વાગત-સત્કાર તમને દંભી બનાવી દે છે, તમારી અંદર અહંકાર ભરે છે. ધીરે-ધીરે તમે આ સ્વાગતના આદી બની જાઓ છો. તમે એ ભૂલી જાઓ છો કે આ સ્વાગત તમારી અપલાઇનની પદવીને મળી રહ્યું છે. તમારી જગ્યાએ કોઈ પણ નામનો કોઈ પણ વ્યક્તિ હોત તો એને પણ આ સ્વાગત મળતું. તમે આને વ્યક્તિગત વિજય માનીને પોતાને સાથિઓની વચ્ચે 'આમ' થી 'ખાસ'ની શ્રેણીમાં લઈ જવા ઇચ્છો છો.

જાણીજોઈને કે અજાણતાં તમે ડાઉનલાઇનને નાનમ મહેસૂસ કરાવો છો, એમના દિલને ઠેસ પહોંચાડો છો. ધીરે-ધીરે તમે સન્માન ખોવા લાગો છો અને તમારા ગ્રુપમાં અસહમતિના સ્વર ઉઠવા લાગે છે. તમારી પ્રગતિ ધીમી પડવા લાગે છે, ગ્રુપ વિખેરાવા લાગે છે.

હું તમને સાવચેત કરું છું કે, જો તમે ડાઉનલાઇનને ચેલો કે ભક્ત સમજો છો, તો સંભાળી લો. એમને વેપારિક સહયોગી સમજો, નાનો ભાઈ કે પરિવારનો સદસ્ય સમજો અને એમની સાથે સન્માનથી વર્તન કરો.

જે પ્રકારે ડાઉનલાઇનની સફળતામાં અપલાઇનનું યોગદાન હોય છે, એવી જ રીતે અપલાઇનની સફળતાઓમાં ડાઉનલાઇનનું યોગદાન હોય છે, આ સત્યને તમારે સમજવું પડશે.

ડાઉનલાઈન પુરાણ - ૨

એમની સાથે ભેદભાવ ના રાખો

પોતાની ડાઉનલાઈન શ્રૃંખલાના સાથીઓને ફક્ત પરિણામ અને લગનના ત્રાજવામાં તોલો. એમની સાથે કોઈ પણ પ્રકારનો ભેદભાવ ના કરો. હંમેશાં જોવામાં આવે છે કે સમૃદ્ધ ડાઉનલાઈનને વધારે પ્રશંસા મળે છે, કેટલાંક લોકો પોતાની જાતિના ડાઉનલાઈનને વધારે સહયોગ આપે છે અથવા કેટલાંક લોકો નિમ્ન પૃષ્ઠભૂમિવાળા ડાઉનલાઈનથી અંતર બનાવીને રાખે છે.

હું એ નથી કહી રહ્યો કે દરેક નેટવર્કરમાં આ સ્થિતિ છે, પરંતુ મેં પ્રત્યક્ષ કેટલીક વાતોને અનુભવી છે, માટે આ સૂત્રને અહીંયા સ્થાન આપ્યું છે.

તમે સૌના પ્રિય રહ્યા અને સૌ તમારા પ્રિય રહ્યાં. જે ઉત્તમ પરિણામ આપી રહ્યાં છે, એમને ખુલ્લા દિલથી મળો અને જો પરિણામ ન આપે, એમના સલાહ કે ઉત્સાહિત કરો, આ જ સાચી રીત હોવી જોઈએ. ઉંમર, લિંગ, જાતિ, રંગ, ભાષા, સમૃદ્ધિ અથવા અન્ય કોઈ આધાર પર કોઈનો સત્કાર અને કોઈનો ધુત્કાર, આવું આચરણ ક્યારેય ના કરો. કઈ ડાઈનલાઈન પોતાની સીમાઓ તોડીને તમને ડાયમંડ બનાવવામાં મહત્ત્વની ભૂમિકા નિભાવી દેશે, તમે નથી જાણતાં

સત્ય કહીએ તો સૌને સમાન અવસર અને સૌને કાર્ય અનુસાર પરિણામ જ નેટવર્ક માર્કેટિંગની ખૂબી છે.

ડાઉનલાઈન પુરાણ - ૩

પહેલેથી જ સ્માર્ટ અને સામાન્યનું પૂર્વ નિર્ધારણ ના કરો

હંમેશાં જોવામાં આવે છે કે આપણે કોઈ વ્યક્તિને ખાસ કે પ્રભાવશાળી માનીને એ વ્યક્તિને પોતાના નેટવર્ક સાથે જોડવામાં આપણી પૂરી તાકાત લગાવી દઈએ છીએ. જ્યારે એ નેટવર્કનો હિસ્સો બની જાય છે તો આપણે એને ખૂબ વધારે આશાઓ સાથે જોડી લઈએ છીએ, એને માન આપીએ છીએ, એનું ધ્યાન રાખીએ છીએ પરંતુ આ બધી કસરત પછી પણ જ્યારે એ વ્યક્તિ અપેક્ષિત પરિણામ નથી આપતો તો અત્યંત નિરાશા થાય છે. એની તુલનામાં અનેક બીજા લોકોને સામાન્ય કે આમ માનીને એ દરમિયાન એના પર વિશેષ ધ્યાન નથી આપતા અને પ્રોત્સાહન નથી આપતા.

મિત્રો, નેટવર્ક માર્કેટિંગનું સૌથી મોટું સત્ય એ છે કે જેના પર પણ તમે વધારે દાવ લગાવો છો, જેનાથી પણ તમે વધારે ઉમ્મીદો જોડો છો તેઓ હંમેશાં તમને નિરાશ કરે છે. આનાથી વિપરીત જેઓ ચુપચાપ આમ બનીને મીટિંગમાં એક ખૂણામાં બેઠા રહે છે, એ લોકો જ ભવિષ્યમાં વિજેતા સાબિત થાય છે અને એમના દમ પર જ તમે ડાયમંડની પદવી પ્રાપ્ત કરો છો.

આથી લિસ્ટ બનાવતી વખતે, આમંત્રણ આપતી વખતે, મીટિંગ કરતી વખતે કે નેટવર્કમાં પહેલેથી જ કોઈને પણ આમ કે ખાસ ના સમજો, કોઈને સ્માર્ટ કે સામાન્ય ના સમજો, સૌને પોતાના કાર્યો દ્વારા પોતાની યોગ્યતા સિદ્ધ કરવા દો. એમના પરિણામ જ એમની ઊંચાઈ નક્કી કરશે.

ડાઉનલાઈન પુરાણ - ૪

ડાઉનલાઈનની વચ્ચે રાજનીતિ ના કરો

છેલ્લાં કેટલાંક દિવસોમાં મેં નેટવર્ક કંપનીઓમાં અજીબ પ્રકારની આદતો જોઈ છે. આમ વ્યાપારિક પ્રણાલીઓની જેમ, સમાજના અન્ય અંગોની જેમ અહીંયા પણ રાજનીતિ શરૂ થઈ ગઈ છે.

ક્યાંક ડાઉનલાઈન અપલાઈનને ખુશ કરવા માટે ચાલ ચાલી રહ્યા છે, તો ક્યાંક અપલાઈન પોતાના હિત માટે બીજા ગ્રુપોમાં તેમજ પોતાના ગ્રુપમાં તોડ-ફોડ કરી રહ્યા છે.

હું એક વાર ફરીથી બધી અપલાઈન અને ડાઉનલાઈનને યાદ આપવા માંગુ છું કે આ વેપાર હળી-મળીને કરવાનો છે, તથા આમાં ટીમવર્કથી જ સફળતા સંભવ છે. આવી ખોટી પ્રવૃત્તિઓ તમારા ગ્રુપને નાબુદ કરી દેશે.

કેટલીક અપલાઈન પોતાની ડાઉનલાઈન શ્રૃંખલામાં 'વેચો અને રાજ કરો'ની નીતિ અપનાવે છે. તેઓ પોતાની નીચે કોઈનું વર્ચસ્વ ઊભું નથી થવા દેવા ઈચ્છતા. હું તમને જણાવવા માંગુ છું કે નેટવર્ક માર્કેટિંગમાં ઝડપથી શિખર પર પહોંચવાનો ફક્ત એક રસ્તો છે કે તમે તમારી ડાઉનલાઈન શ્રૃંખલામાં ઝડપથી પોતાના જેવા યોગ્ય લીડર પેદા કરો. આ રીતે જ ગ્રુપનો બહુકોણીય વિસ્તાર સંભવ છે.

કેટલાંક ઘટના તો મેં એવી જોઈ છે કે જેમાં અપલાઇન અને ડાઉનલાઇનના અહમ્‌ના ટકરાવને કારણે ડાઉનલાઇને પોતાની સાથે પૂરું ગ્રુપ લઈને અલગ થઈ અને નવી શરૂઆત કરી. આમાં બંને પક્ષોને ભારે નુકસાન થયું અને ફક્ત અહંકારને કારણે આવું ગંભીર પરિણામ આવ્યું.

મારા પ્રિય અપલાઇન બંધુઓ, પોતાની ડાઉનલાઇનને પરિવારની જેમ રાખો. સત્યને સત્ય અને ખોટાને ખોટું કહેવાનું સાહસ કરો. કોઈ દમદાર છે તો એનું ખોટું પણ સત્ય, અને કોઈ કમજોર છે તો એનું સત્ય પણ ખોટું ના કહો.

તમારી ડાઉનલાઇનમાં કોઈ વધારે તેજ હોઈ શકે છે, કોઈ ઓછું તેજ પરંતુ તમે બરાબરનો વ્યવહાર કરો. હંમેશાં આ યાદ રાખો કે જે વર્તાવ તમે તમારી ડાઉનલાઇનની સાથે કરી રહ્યા છો, એ જ તમારી ડાઉનલાઇન અપલાઇન બનીને પોતાની ડાઉનલાઇન સાથે કરશે. પરિણામ વિચારી લો, રાજનીતિ કરવી છે કે સ્વસ્થ વેપાર.

ડાઉનલાઈન પુરાણ - ૫

આલોચના કરતાં સમયે કેટલા નિયમોનું પાલન કરો

જે પ્રકારે ઘરના બધા જ સદસ્યોનો સ્વભાવ અને વ્યક્તિત્વ અલગ-અલગ હોય છે, એ જ પ્રકારે નેટવર્ક માર્કેટિંગમાં વિભિન્ન લોકો પોતાની શક્તિઓ અને કમજોરીઓની સાથે આવે છે.

કોઈ જલ્દી સમજી જાય છે, કોઈ મોડેથી, કોઈ જલ્દી પરિણામ આપે છે, તો કોઈ મોડેથી, કોઈ સિદ્ધાંત પર અડગ રહે છે, તો કોઈ દરેક પળે વિપરીત કાર્ય કરે છે, આવામાં ડાઉનલાઈનની આલોચના કરવી અપલાઈનની મજબૂરી થઈ જાય છે. આલોચના કરતાં સમયે આ નિયમોને ધ્યાનમાં રાખો -

- પ્રશંસા સૌની સામે કરો, આલોચના એકાંતમાં.
- આલોચના કાર્ય અને પરિણામની કરો, વ્યક્તિની નહીં.
- આલોચના કરતાં સમયે ભાષા સંયમિત રાખો
- આલોચના કરતાં સમયે એક હિતેષીના રૂપમાં નજરે આવો.
- આલોચના કરતાં સમયે જૂના મુદ્દાઓને વચ્ચે ના લાવો.
- આલોચના મજબુત આધાર પર જ કરો.
- આલોચના સંક્ષિપ્ત અને સીધી હોય.

ડાઉનલાઈન પુરાણ - ૬

ડાઉનલાઈનની સફળતા પર ઉત્સવ મનાવો

અપલાઈન મિત્રો,

જે રીતે તમારી સફળતા પર ડાઉનલાઈન હંગામો મચાવી દે છે, નારાઓ લગાવે છે, તમને ખભા પર ઉઠાવે છે, તમારા વિજયને પોતાનો વિજય સમજે છે એવી જ રીતે તમે પણ એમની સફળતાનો હિસ્સો બનો.

એમના વધાઈ આપો, એમને ગળે લગાવો, એમની સાથે નાચો, એમની સાથે ઝૂમો, પાર્ટી મનાવો અને ડાઉનલાઈનને એ મહેસુસ કરાવો કે એનો વિજય પણ કોઈ નાનો વિજય નથી અને એ પણ તમારી જેમ બની શકે છે.

પોતાના ભાષણોમાં એમના ઉદાહરણ આપો, બીજા લોકોની વચ્ચે એમની સફળતાની વાર્તા સંભળાવો. પોતાના વિજયનો શ્રેય સ્વયં ના લઈને પોતાની ડાઉનલાઈનને આપો અને એમને મહત્ત્વપૂર્ણ અહેસાસ કરાવો.

પ્રશિક્ષણ તેમજ કોચિંગ જ નેટવર્ક માર્કેટિંગના પ્રાણ છે

"ધીમે-ધીમે જ ભલે,

જે સાચા માર્ગ પર ચાલતો જશે,
એનું દરેક દુઃખ,
એક દિવસ સુખમાં બદલાઈ જશે."

ઠીકથી યાદ કરો -
૧. સફળતા મેળવવા માટે પ્રત્યેક પળ શીખવું જરૂરી છે.
૨. નકારાત્મક લોકોનો સાથ આજે એ અત્યારે જ છોડવો પડશે.
૩. તમે દુનિયામાં હીનભાવના સાથે જીવવા માટે પેદા નથી થયા.

પ્રશિક્ષણ સૂત્ર - ૧

કંપનીની પ્રથમ જવાબદારી છે પ્રશિક્ષણ

જે કંપનીઓ ફક્ત જોડાવવા માટેની ફી અને ઉત્પાદનના દમ પર પોતાનું ભવિષ્ય રચી રહી છે, એ સૌને હું આગાહ કરું છું કે તમારું ભવિષ્ય સારું નથી. વિશ્વના કોઈ પણ હિસ્સામાં એ જ કંપનીઓ જીવિત રહી શકી છે જેમાં પ્રશિક્ષણ, પ્રેરણા અને નેતૃત્વ ક્ષમતાના વિકાસ કરવા માટે એસોસિએટ/ડિસ્ટ્રીબ્યૂટરને ઉચિત સામગ્રી અને પ્રશિક્ષણ આપવામાં આવ્યું છે. નેટવર્કિંગની વિશેષતા જ એ છે કે આમાં વિભિન્ન શહેરોથી, વિભિન્ન જાતિ, ધર્મ, ભાષા અને પૃષ્ઠભૂમિના, ભિન્ન શૈક્ષણિક સ્તરના લોકો એક પ્લેટફોર્મ પર આવે છે. આમને સૌથી પહેલાં કંપની દ્વારા પ્રશિક્ષણના માધ્યમથી એક સૂત્રમાં લાવવા જોઈએ જેથી તેઓ એક જેવી વાતો કરી શકે. નવા લોકોને ઉચિત પ્રશિક્ષણ અને પ્રેરણા આપવી જોઈએ જેથી તેઓ વિપરીત પરિસ્થિતિઓમાં ધીરજ રાખી શકે.

મોટા સમૂહોને તીવ્ર ગતિથી વિસ્તાર હેતુ નવા નેટવર્કરમાં નેતૃત્વ કે ગુણ પેદા કરવા પડશે. કેટલાંક લોકોમાં આ ગુણ સ્વાભાવિક રીતે હોય છે અને કેટલાંક લોકો જાતે જ આ વિકસિત કરે છે. આમને ઉપર્યુક્ત વિશેષજ્ઞો દ્વારા વિશિષ્ટ પ્રોગ્રામ બનાવીને પ્રશિક્ષણ મળવું જોઈએ. અમારી ટીમ આ સમયે અનેક ઉચ્ચ કંપનીઓ માટે ટ્રેનિંગ અને સપોર્ટ સિસ્ટમ પ્રદાન કરી રહી છે અને અમે એ સારી રીતે જાણીએ છીએ કે કંપનીના વિકાસ માટે પ્રશિક્ષણ કેટલું જરૂરી છે. દરેક કંપનીએ પ્રશિક્ષણનું એક વાર્ષિક કેલેન્ડર બનાવીને આને સૌથી વધારે મહત્ત્વ આપવું જોઈએ.

પ્રશિક્ષણ સૂત્ર - ૨

જો કંપની આગળ ન આવી રહી હોય તો લીડર જવાબદારી લે

કેટલીક કંપનીઓ ખર્ચ બચાવવા ઈચ્છે છે તો કેટલીક કંપનીના પ્રવર્તકો પાસે વિચારોનો અભાવ છે, કેટલીક વર્તમાન સફળતાથી જ સંતુષ્ટ છે તો કેટલીક કંપનીઓ વર્ષોથી ફક્ત યોજના જ બનાવી રહી છે. ભલે જે પણ કારણ હોય, પરંતુ હું એક સીધી વાત કહેવા માંગુ છું કે જો કંપનીઓ પ્રશિક્ષણ માટે વિધિવત્ વ્યવસ્થા નથી કરી રહી, તો લીડર પોતાના ગ્રુપ માટે આવા કાર્યક્રમ આયોજિત કરે.

દરેક ડિસ્ટ્રીબ્યૂટરનું ભવિષ્ય તેમની અપલાઈન અને ડાઉનલાઈનની સાથે જોડાયેલુ છે, જેથી ઉચ્ચ લીડરોને અથવા તો હળીમળીને અથવા તો વ્યક્તિગત સ્તર પર પ્રશિક્ષકોની મદદથી પોતાના સાથીઓની કમજોરીઓને નાબુદ કરવા હેતુ કાર્યક્રમ આયોજિત કરવા પડશે.

અમે એવા સક્રિય લીડરોને જોયાં છે, જે કંપનીના રોદણાં નથી રોતાં. એમના માટે અમારી ટીમે સેંકડો પ્રોગ્રામ લીધા છે. કેમ કે દૂર કંપનીમાં સમસ્યાઓ અલગ છે આથી અમે પોતાની તરફ એક પ્રશ્ન શ્રૃંખલા તૈયાર કરીને સંબંધિત કંપની કે લીડરને મોકલીએ છીએ. તમારા ગ્રુપમાં અસક્રિય સાથીઓની સંખ્યા કેટલી છે ? તમારા ગ્રુપમાં લોકોની શિક્ષાની ટકાવારી શું છે ? તમારી નજરમાં

તમારા ગ્રુપમાં પ્રમુખ કમજોરીઓ શું છે ? આ રીતે સવાલોના જવાબ મંગાવવામાં આવે છે અને એ આધાર પર એક કાર્યક્રમ તૈયાર કરવામાં આવે છે. અમે રેડિમેડ પ્રોગ્રામ નથી કરતાં.

અમે એ જોયું છે કે જ્યાં પણ લીડર વ્યક્તિગત રુચિ લે છે, ડાઉનલાઇનને પ્રશિક્ષિત કરે છે. ત્યાં ગ્રુપ અને બિઝનેસની ઉંમર વધારે હોય છે. પ્રશિક્ષિત ડાઉનલાઇન વેપાર ઉત્પાદનોને વધારે સહજતાથી સ્વીકાર કરે છે અને ગેરસમજ ઓછી થાય છે.

કાર્યક્રમો પછી અમે મેળવ્યું છે કે ગ્રુપોમાં ક્રોસલાઇન, નિષ્ક્રિયતા તથા વિખેરાઈ જવાનો દર ન્યૂનતમ થઈ ગયો. હંમેશાં પ્રતિભાગી એટલા વધારે ઉત્સાહિત અને પ્રેરિત થઈ જાય છે કે કેટલાય મહિનાના તુલ્ય પરિણામ એક જ મહિનામાં કરીને બતાવી દે છે. આથી લીડર ખરા અર્થોમાં લીડર બનીને પ્રશિક્ષણની જવાબદાલી લે.

પ્રશિક્ષણ સૂત્ર - ૩

ટેકનોલૉજીનું જ્ઞાન જરૂર લો

નેટવર્ક માર્કેટિંગમાં વિભિન્ન શૈક્ષણિક પૃષ્ઠભૂમિ અને આર્થિક સ્તરથી લોકો આવે છે. આમાંથી કેટલાંક લોકો મોબાઈલ, ઈન્ટરનેટ, ફેક્સ, વીડિયો કોન્ફરન્સિંગ, ક્રેડિટ કાર્ડ, કોર બેન્કિંગ વગેરે શબ્દોથી પરિચિત હોય છે અને કેટલાંક નથી હોતા. જેઓને આ ટેકનીકોથી પરિચય નથી હોતો, તેઓ વ્યવસાયમાં વધારે મુશ્કેલીઓનો સામનો કરે છે.

આજે મોટાભાગની કંપનીઓ ઈચ્છે છે કે એમના ડિસ્ટ્રીબ્યૂટરનું કોર બેન્કિંગ એકાઉન્ટ હોય જેથી કમાણી ટ્રાન્સફર કરી શકાય. ઈન્ટરનેટ વિશે જાણકારી હોય જેથી સાઈટ પર જઈને એ ગ્રુપ સાઈઝ, નિયમ, શરતો તથા અગત્યની ચીજો જોઈ શકે.

માટે ઉચ્ચ લીડરોએ પોતાની ડાઉનલાઈનને ટેકનોલૉજીથી પરિચય કરાવવો જોઈએ. જો કોઈ વિશિષ્ટ ક્ષેત્રનું ગ્રુપ છે તો એમના માટે આ વિષય પર એક વિશેષ વર્કશૉપ પણ આયોજિત કરી શકાય છે.

જો તમે પણ નવી ટેકનીકોથી દૂર ભાગી રહ્યા છો તો ભવિષ્યમાં તમારા માટે ખૂબ વધારે મુશ્કેલીઓ ઉત્પન્ન થઈ જશે કેમ કે ઈ-મેઈલ, ફેક્સ, ક્રેડિટ કાર્ડ, સોશ્યલ મીડિયા જેવી વસ્તુઓ હવે દૈનિક ઉપયોગની વસ્તુ થઈ ગઈ છે.

પ્રશિક્ષણ સૂત્ર - ૪

ટ્રેનિંગ પોતાની કિંમત સ્વયં ચૂકાવે છે

કેટલાંક લોકોને ટ્રેનિંગ અને પ્રશિક્ષણનો ખર્ચ અર્થ વગરનો લાગે છે. એમને લાગે છે કે આટલો ખર્ચ કરીને કશું જ પ્રાપ્ત નથી થતું. હું પૂરી હિંમતથી કહું છું કે કોઈપણ સ્તરનો વક્તા કે પ્રશિક્ષણ ટીમનો પ્રયાસ વ્યર્થ નથી જતો. હું સ્વયં મારા પ્રશિક્ષણ કાર્યક્રમોના પરિણામોથી વાકેફ છું અને એ કહી શકું છું કે ટ્રેનિંગ પછી વેપારમાં એટલી ઉલ્લેખનીય વૃદ્ધિ થાય છે, એટલું વધારે વૉલ્યુમ હોય છે કે દરેક ટ્રેનિંગ પોતાના બજેટનું કેટલાયગણું બહાર કાઢી લાવે છે.

એના માટે વિભિન્ન વિષયો પર પ્રશિક્ષણ આપવું પડશે. જે પ્રકારે ફક્ત એક ગોળીથી દરેક પ્રકારની બિમારી ઠીક નથી થઈ શકતી, એ જ પ્રકારે ફક્ત એક ટ્રેનિંગ પ્રોગ્રામથી તમારી બધી મુશ્કેલીઓ હલ નથી થઈ શકતી. જે પ્રકારે મોટાભાગના પ્રોસ્પેક્ટને ફૉલોઅપની જરૂર પડે છે, એ જ પ્રકારે ટ્રેનિંગને પણ ફૉલોઅપની જરૂર પડે છે.

એક નેટવર્કિંગ લીડરે અમારી ટીમના અનેક ટ્રેનિંગ પ્રોગ્રામ આયોજિત કર્યા. અમે લગાતાર સંપર્કમાં રહ્યા અને લાભ-નુકસાનની સમીક્ષા કરતા રહ્યા. આત્મપ્રશંસા કરવા માટે માફ કરજો પરંતુ એ લીડરની ગ્રુપ સાઈઝ આઠ મહીનામાં ૧૨ ગણી વધી ગઈ. એ લીડર ટ્રેનિંગ આયોજિત કરતા સમયે ખર્ચથી ડરી રહ્યો હતો પરંતુ પરિણામોને જોઈને એના ઉત્સાહની સીમા ના રહી.

પ્રશિક્ષણ સૂત્ર - ૫

પ્રશિક્ષણ ક્યારેય નિઃશુલ્ક ના કરો

પ્રારંભિક કાર્યક્રમ મોટાભાગે નિઃશુલ્ક હોય છે અને હોવો પણ જોઈએ પરંતુ એના પછી દરેક પ્રશિક્ષણનું એક શુલ્ક હોવું જોઈએ. જો કંપનીની અપલાઇન અથાવ આંતરિક પ્રશિક્ષકોનો કાર્યક્રમ હોય, તો નિઃશુલ્ક રાખી શકાય છે, પરંતુ જો તમે કોઈ બાહ્ય વક્તાને ચૂકવણી કરીને બોલાવી રહ્યાં છો, તો નિઃશુલ્ક ના રાખો.

જો તમે શુલ્ક નથી લેવા ઇચ્છતા તો ટ્રેનિંગમાં ભાગ લેવા માટે નવા સેલનો કોટા નિશ્ચિત કરી દો, એક નિશ્ચિત સમય સીમામાં બિઝનેસને લક્ષ્ય આપી દો, કશું પણ કરો પણ ફી ના કરો.

સેંકડો રાષ્ટ્રીય અને આંતરરાષ્ટ્રીય કાર્યક્રમોમાં મને વક્તા-પ્રશિક્ષકના રૂપમાં બોલાવવામાં આવે છે, હું મારા અનુભવથી કહું છું કે જ્યારે પણ વ્યક્તિ એક લક્ષ્ય પ્રાપ્ત કરીને અથવા ફી ચૂકવીને કાર્યક્રમમાં પ્રવેશ મેળવે છે તો એ વધારે લગનથી, ગંભીરતાથી અને નિષ્ઠાથી ભાગ લે છે. નિઃશુલ્ક કાર્યક્રમની કિંમત ઓછી આંકવામાં આવે છે, અને શુલ્કવાળા કાર્યક્રમની વધારે.

જે પણ લોકો અમારા લેક્ટર કે વર્કશૉપ આયોજિત કરે છે, હંમેશાં અમે એમને સલાહ આપીએ છીએ કે પ્રતિ વ્યક્તિ શુલ્ક જરૂર લે. આનાથી જેઓ ટ્રેનિંગમાં રૂચિ રાખે છે, તેઓ સામે નજર આવી જાય છે, આયોજનકર્તા પર બિલ્કુલ ભાર નથી પડતો અને જેઓને પણ ફાયદો થાય છે, તેઓ ભવિષ્યમાં આવા પ્રશિક્ષણ કાર્યક્રમો માટે હંમેશાં તૈયાર રહે છે.

શુલ્ક લેવામાં કોઈ ખરાબી નથી અને ના તો એસોસિએટને શુલ્ક આપતી વખતે કોઈ દુઃખ થવું જોઈએ કેમ કે અંતે ટ્રેનિંગના માધ્યમથી જ તમારો બિઝનેસ અને કમાણી વધવાની છે. આ કોઈ બીજાના ફાયદા માટે નથી પરંતુ તમારા ફાયદા માટે આયોજિત કરવામાં આવે છે.

●●●

“જો આપણે નિશ્ચય કરી લો તો

કોઈ બહારવાળાની તાકાત
નથી કે, આપણી પ્રગતિને રોકી શકે.
આપણા સૌથી મોટા દુશ્મન પણ આપણે છીએ
અને સૌથી મોટા મિત્ર પણ આપણે... ”

પ્રશિક્ષણ સૂત્ર - ૯

પ્રશિક્ષણ કાર્યક્રમ તેમજ વક્તાની સાવધાનીપૂર્વક પસંદગી કરો

દરેક વ્યક્તિ જેઓ ચાર પુસ્તકો વાંચી લે છે એ આજકાલ લેખક બની જાય છે, દરેક વ્યક્તિ જેઓ ચાર લાઈન બોલી લે છે એ પ્રશિક્ષક બની જાય છે, આવા લોકોને કારણે પ્રશિક્ષણ અને પ્રેરણાસ્પદ કાર્યક્રમોની મહત્તા ઓછી થતી જઈ રહી છે. જો કેટલાંક લોકો કહે છે કે આ પ્રશિક્ષણ કાર્યક્રમ સમય અને પૈસાની બરબાદી છે તો એ ઉદ્ગાર આવા લોકોથી જ મળેલા કડવા અનુભવોને કારણે વ્યક્ત કરવામાં આવે છે.

જે પણ પ્રશિક્ષકને તમે બોલાવો, એની ઉપલબ્ધિઓનું અધ્યયન કરો. એની શૈક્ષણિક યોગ્યતાઓને ધ્યાનથી જુઓ કે જે વ્યક્તિને તમે ગુરુનો દરજ્જો આપવા જઈ રહ્યા છો, એ એને યોગ્ય છે કે નહીં.

રેડીમેઈડ કાર્યક્રમ પરોસવાવાળાને નકારો કેમ કે આવા કાર્યક્રમોમાં પરિણામ મોટાભાગે શૂન્ય જ મળે છે. પ્રશિક્ષકની વેબસાઈટ પર ઑડિયો કે વીડિયો ફુટેજ જુઓ, એમની પુસ્તકો વાંચો, એમની ટેપ સાંભળો, પછી નિર્ણય કરો. પહેલાં એક કાર્યક્રમ આયોજિત કરીને જુઓ અને પછી ભવિષ્યની કાર્યયોજના બનાવો.

જે વ્યક્તિને પ્રશિક્ષકના રૂપમાં તમે આમંત્રિત કરી રહ્યા છો એનું વ્યક્તિત્વ એટલું પ્રભાવશાળી હોવું જોઈએ કે એ તમારા સાથિઓને પ્રભાવિત કરી શકે.

એ વક્તા જે નેટવર્કિંગ ક્ષેત્રોનો વિશેષજ્ઞ નથી, એ હંમેશાં નેટવર્ક કાર્યક્રમોની સાથે સંપૂર્ણ ન્યાય નથી કરી શકતો. અમારી ટીમને ગયા વર્ષે દેશની બે ઉચ્ચ કંપનીઓએ રાષ્ટ્રીય સ્તર પર સપોર્ટ સિસ્ટમ અને ટ્રેનિંગ કાર્યક્રમની રચના કરવા માટે પસંદ કરી. એમનું કહેવું હતું કે અમારી કંપનીને નેટવર્કિંગની ઉંડાણથી જાણકારી હોવાને કારણે અમે એમને ઉત્તમ પરિણામ આપી શકીશું જે અન્ય ક્ષેત્રના વક્તાઓથી સંભવ નહીં થાય.

અમે એક કંપનીના ઉચ્ચ લીડરના ગ્રુપમાં કાર્યક્રમ કરવાની ના પાડી દીધી કેમ કે અમારા વારંવારના આગ્રહ પછી પણ એમને અમારા દ્વારા મોકલાવેલી પ્રશ્નાવલીમાં ચાર લાઈનના જવાબ લખવાનો પણ સમય ન હતો. અમે આમંત્રણને ઠોકર મારી દીધું કેમ કે જે લીડર સ્વયં પ્રતિબદ્ધ નથી, એના ગ્રુપની જવાબદારી અમે કેવી રીતે લઈ શકીએ ?

ફક્ત અમે જ નહીં, એશિયામાં અન્ય ત્રણ-ચાર ટીમો છે જે વિશિષ્ટ રૂપથી નેટવર્ક માર્કેટિંગ પર કામ કરી રહી છે. આમાંથી કોઈ પણ ટીમ તમારા માટે સંકટ મોચક સાબિત થઈ શકે છે. એટલું ધ્યાન રાખો કે, પ્રશિક્ષક ઉચ્ચસ્તરીય હોય, સામાન્ટ મોટિવેશનની સાથે એમને નેટવર્ક માર્કેટિંગનું જ્ઞાન હોય, તે તમારી ભાષામાં વાત કરી શકે તથા એમની ખુદની કેટલીક સફળતાઓ હોય.

પ્રશિક્ષણ સૂત્ર - ૭

પ્રભાવી બોલવાની કળા પર ટ્રેનિંગ અવશ્ય કરાવો

ડાઉનલાઈનની સાથે મીટિંગમાં, સન્માન અને માન્યતા સમારોહમાં, ટ્રેનિંગમાં, ટેસ્ટીમની આપતી વખતે કે આત્મઅનુભવ સંભળાવતા સમયે, લગભગ દરેક જગ્યાએ બોલવાની કળાનું પ્રદર્શન કરવું પડે છે.

મેં વ્યક્તિગત રૂપથી અનુભવ કર્યો છે કે આ બોલવાની ક્ષમતાનો ડાઉનલાઈન પર, પ્રોસ્પેક્ટ પર ખૂબ પ્રભાવ પડે છે. હંમેશાં આનાથી જ તેઓ તમારી યોગ્યતા આંકે છે, જ્યારે આ સત્ય નથી કે જે વધારે સારું બોલે છે, એ વધારે યોગ્ય હોય છે. હંમેશાં ડાઉનલાઇન બીજા ગ્રુપના સારું બોલવાવાળા લીડરથી પ્રભાવિત થઈ જાય છે. આ નક્કર સત્ય છે કે કોઈને પ્રેરિત કરવા માટે, કોઈનું મનોબળ ઉઠાવવા માટે, કોઈને પોતાની વાત ઉંડાણ સુધી સમજાવવા માટે બોલવાની કળામાં નિપૂણ હોવું અત્યંત જરૂરી છે.

કેટલાંક લોકો વિચારે છે કે પ્રભાવી બોલવું ફક્ત જન્મજાત ગુણ છે, હું આ વાતનો પ્રબળ વિરોધી છું. મારું માનવું છે કે સારું અને પ્રભાવી બોલવાના વૈજ્ઞાનિક આધાર છે અને આ ગુણ અભ્યાસથી શીખી શકાય છે.

''પ્રભાવી બોલવાની કળા'' પર અમારા ૧૦ વર્કશૉપ આયોજિત કર્યા એક વર્કશૉપમાં ૫૦-૭૦ લોકોને ભાગ લેવાની અનુમતિ હતી. બધા પ્રતિયોગી અમારી સાથે લગભગ આઠ કલાક વિતાવતા હતા. એમાં અમે સ્ટેજનો ભય, અવાજનો ઉતાર-ચઢાવ, સ્પીચની ડિઝાઈન, પ્રારંભ અને અંત કરવાની રીત, નેત્ર સંપર્ક, બૉડી-લેંગ્વેજ, ટેસ્ટીમની આપવાની રીત, શાયરી અને જોક્સ સંભળાવવાની રીત, શ્રોતાઓને પ્રભાવિત કરવાના તત્વ વગેરે વિષયો પર એમની સાથે વાત કરતા હતા. રોચક સ્લાઈડ, વિભિન્ન આંતરરાષ્ટ્રીય સ્તરની મનોરંજક રમતોની વચ્ચે ક્યારે આઠ કલાક નીકળી જતા હતા, કોઈને ખબર પણ નહોતી પડતી. તમે જાણીને હેરાન થશો કે જે લોકો સવારે પ્રથમ પ્રસ્તુતિ દરમિયાન ભયથી કાંપી રહ્યા હતા, અવાજ નહોતો નીકળતો, તેઓ સાંજે આત્મવિશ્વાસથી સમગ્ર હૉલને ગુંજવી દેતા હતા. એ લોકોના સેંકડો પત્રો મને પ્રાપ્ત થયા કે, જેઓએ પોતાની આ કમજોરી પર વિજય મેળવ્યો. આ માટે નેટવર્કિંગ ક્ષેત્રના લોકો માટે હું આ વર્કશોપની જોરદાર વકીલાત કરું છું.

મને લાગે છે કે ટેસ્ટીમની અથવા આપવીતી પ્રોસ્પેક્ટને પ્રભાવિત કરવાનું અને ડાઉનલાઇનમાં જોશ લાવવાનું સૌથી મોટું હથિયાર છે. પરંતુ તમે જો મંચ પર કાંપી રહ્યા છો અને તમારા મોંમાથી શબ્દો નથી નીકળતા તો તમે ટેસ્ટીમની શું આપશો. બની શકે કે, તમારી બધી જ ઉપલબ્ધિઓ તમારી બોલવાની અક્ષમતામાં ડૂબી જાય. માટે તમારે આ કલામાં પારંગત થવું જરૂરી છે.

બોલવાની કળા પર ''પબ્લિક સ્પીકિંગ માસ્ટરી'' નામની મારી એક શાનદાર વીડિયો ડીવીડી છે, જેને એક કોર્સની જેમ બનાવવામાં આવી છે. એમાં ૯ વિષયો પર મેં પ્રશિક્ષણ આપ્યું છે. તે બોલવાની કળા પર એક ''શાસ્ત્ર'' છે. www.ujjwalpatni.com પર ઉપલબ્ધ છે.

પ્રશિક્ષણ

પ્રશિક્ષણ સૂત્ર - ૮

પુસ્તકો અને સીડી
યોગ્ય તપાસ કરીને ગ્રુપમાં પ્રમોટ કરો

જેવી રીતે તમે પાણી જોઈને કે વૉટર પ્યોરીફાયરથી કાઢીને પીઓ છો જેથી શરીરમાં કોઈ ઈન્ફેક્શન ન થઈ જાય, એવી જ રીતે જ્ઞાન પણ વિચારી-સમજીને ગ્રહણ કરો, ક્યાંક વિચારધારાની સાથે કોઈ સમસ્યા ન થઈ જાય.

જો તમે ભારતમાં નેટવર્કિંગ કરી રહ્યા છો તો તમારે આ વાત સ મજવી પડશે કે તમારું નેટવર્ક નાના ગામડાઓ, મધ્યમ શહેરો અને મોટા શહેરો સુધી, દરેક જગ્યાએ ફેલાઈ રહ્યું છે. દરેક શિક્ષા અને સ્તરનો વ્યક્તિ તમારા નેટવર્કનો ભાગ બની રહ્યો છે. આ માટે ભારતીય પરિવેશમાં લખાયેલી ઉચ્ચસ્તરીય પુસ્તકો તથા સી.ડી.ને પ્રમોટ કરો જેથી વાત સરળતાથી એમના દિમાગની અંદર જાય.

કેટલાંક લેખક અને પ્રશિક્ષક એકબીજાની નકલ કરીને એ જ વાતોને નવા પેકિંગમાં પરોસી રહ્યા છે, વારંવાર એ જ વાતો પ્રેરિત કરવાની ક્ષમતાને ખોઈ બેસે છે. જો કૃતિની કોઈ નિમ્નસ્તરીય સલાહ તમારા સમૂહમાં અમલમાં આવી ગઈ હોય તો તમને સંભાળી શકવું મુશ્કેલ થઈ જશે. જો ખૂબ વધારે અલગ-અલગ લેખકો કે વક્તાઓની પ્રશંસા કરશો અને એમના

વિચારોમાં ભિન્નતા રહી, તો તમારા સમૂહમાં ગેરસમજ અથવા ઉહાપોહની સ્થિતિ નિર્મિત થઈ જશે.

એટલે મેં પ્રશિક્ષણ કાર્યક્રમો સંબંધિત મારી જે બેબાક સલાહ રાખી હતી, એ જ સલાહ અહીંયા પણ મહત્ત્વ રાખે છે. જે પણ લેખક કે વક્તાને પ્રમોટ કરો, એની ઉપલબ્ધિઓ, એની પૃષ્ઠભૂમિ, શૈક્ષણિક યોગ્યતા, એની ગુણવત્તા વગેરેનું અધ્યયન કરો અને પછી જો ઉપર્યુક્ત લાગે તો તમારા સમૂહમાં એનો પ્રચાર-પ્રસાર કરો. પુસ્તકો તેમજ સીડી સરળ ભાષામાં હોવાં જોઈએ.

લીડર પહેલાં સ્વયં પુસ્તકોને વાંચે અને એના પછી જ પ્રશંસા કરે તો ઉત્તમ રહેશે. બરોબર એવી જ રીતે સીડીને પણ સાંભળો અને પછી જ ગ્રુપમાં પ્રમોટ કરો, જેથી ડાઉનલાઇનના વિચારોમાં ભિન્નતા પેદા ના થઈ શકે.

●●●

“બીજાઓથી ઉત્તમ બનવા માટે
સૌથી પહેલાં તમારે
ખુદથી પ્રતિસ્પર્ધા કરવી પડશે.
ત્યારે જ તમે અન્યોને પાછળ છોડીને
આગળ નિકળી શકશો”

પ્રશિક્ષણ સૂત્ર - ૯

નકલી સીડી, કેસેટ્સ અને પુસ્તકોથી બચો

આ વેપારિક પ્રણાલીમાં દરેક સ્તર પર શોર્ટકટ નુકસાનકારક સાબિત થાય છે. જો તમે નકલી કે કૉપી કરેલી સી.ડી. ઉપયોગમાં લાવો છો, રદ્દી કાગળો પર છપાયેલી ડુપ્લીકેટ પુસ્તકો વાંચો છો, તો આનો એક સીધો સંદેશ અન્ય લોકો સુધી જાય છે કે તમે ઈમાનદાર નથી. તમે પૈસા બચાવવા માટે બેઈમાની કરી શકો છો.

તમે સફળ છો તેમ છતાં આવું કરો છો, તો ડાઉનલાઇન સુધી આ સંદેશ જાય છે કે ખોટા કામ કરીને બેઈમાનીથી સફળ થઈ શકાય છે. આના પછી જ્યારે પણ તમે એમને સિદ્ધાંત અને સચ્ચાઈની વાત કરશો તો એમને આ કેવળ એક ઢોંગ લાગશે. આ જૂઠ્ઠુ બોલવા, ખોટું કરવા અને ફર્જીવાડીની પ્રવૃત્તિ અન્ય રૂપોમાં પણ તમારી સામે આવશે.

પોતાના ગ્રુપમાં આ બેઈમાનીના વાયરસને ના ફેલાવા દો. જો કોઈ સાથી ખરેખર એટલો નિર્ધન છે કે એ ટેપ અને બુક્સનો ભાર વહન નથી કરી શકતો, તો એને થોડા દિવસ માટે તમારી ટેપ અને બુક્સ ઉધાર આપો, પરંતુ પુસ્તકોને ફોટોકૉપી કરીને કે સી.ડી. કૉપી કરવાની સલાહ ના આપો. આનાથી ક્યારેય તમારા મનમાં અપરાધબોધ નહીં રહે અને તમે અન્ય લોકોને છાતી ઠોકીને 'એથિક્સ'ની શિક્ષા આપી શકશો.

પ્રશિક્ષણ સૂત્ર - ૧૦

વર્ષમાં એક વખત બહારના પ્રશિક્ષકોના કેટલાંક કાર્યક્રમોમાં જરૂર ભાગ લો

તમારા અપલાઇન અને પ્રતિનિધિ વર્ષભર તમને ટ્રેનિંગ આપે છે. ખૂબ જ મહેનત કરીને પૂરા ઝનૂનથી તમારા માટે ઉચ્ચસ્તરીય કાર્યક્રમો તૈયાર કરે છે. એમાં જરૂર ભાગ લો, ક્યારેય ભાગ લેવાનું ના ચૂકો.

પરંતુ બધા લીડર અને કંપનીઓને મારી સલાહ છે કે દરેક વર્ષે એક વખત બહારના પ્રેરક અને નેટવર્ક વિશેષજ્ઞોના કેટલાંક લેક્ચર કે વર્કશૉપ જરૂર આયોજિત કરો. જો લીડર કે કંપની આયોજિત નથી કરતી, તો બધા ડિસ્ટ્રીબ્યૂટરથી મારું કહેવું છે કે તમે તમારા સ્તર પર ક્યાંય પણ જઈને અવશ્ય ભાગ લો.

આની પાછળ મારી પાસે એક વૈજ્ઞાનિક આધાર છે, જે રીતે એક જ એન્ટીબાયોટિક લગાતાર ખાવાથી કેટલાંક દિવસો પછી એ એન્ટીબાયોટિક અસર કરવાનું બંધ કરી દે છે, બરોબર એવી જ રીતે જ અપલાઇન કે કંપનીના પ્રતિનિધિની વાત વારંવાર સાંભળવા પર પ્રેરિત નથી કરી શકતી.

જેવી રીતે ઘરમાં પિતા જ્યારે સમજાવી રહ્યા હોય છે ત્યારે બાળકને એ ભાષણ લાગે છે અને બહારવાળાની એક લાઇન પણ એ મિલિયન ડોલર વિચારની ઉપમા આપી દે છે, બરોબર એવી જ રીતે પોતાના અપલાઇનની વાત સમજાવટ લાગે છે અને બહારથી આવેલા પ્રેરકની વાત મિલિયન ડોલર વિચાર. આથી બહારના પ્રેરકોનું પણ પોતાનું એક વિશિષ્ટ મહત્ત્વ અને સ્થાન હોય છે. એ વિશિષ્ટતાનો પોતાના હિતમાં પ્રયોગ કરીને પોતાના વેપારને નવી ઊંચાઈઓ આપો કેમ કે તમારું પ્રથમ અને અંતિમ લક્ષ્ય વેપારને ઉચ્ચતા પર લઈ જવાનું છે.

●●●

પ્રશિક્ષણ સૂત્ર - ૧૧

ટ્રેનિંગનું ઝનૂન ફેલાવો

લોકો વિભિન્ન પૃષ્ઠભૂમિથી આવીને આ વેપાર સાથે જોડાય છે. કેમ કે મોટાભાગના પરંપરાગત વ્યવસાયોમાં ઔપચારિક ટ્રેનિંગનું મહત્ત્વ નથી હોતું, માટે એ ટ્રેનિંગની મહત્તાથી વાકેફ નથી હોતા. અપલાઇન અને લીડર એમના પર લાલપીળા થાય છે કે તમે લોકો ટ્રેનિંગને ગંભીરતાથી નથી લઈ રહ્યા. ડાઉનલાઇન વિચારે છે કે આ ટ્રેનિંગથી આખરે શું થશે, આ સમયની બરબાદી છે.

આ વાતની જવાબદારી અપલાઇનની છે કે એ પોતાની ડાઉનલાઇનમાં ટ્રેનિંગને અનિવાર્ય કરી દે. એવું વાતાવરણ બનાવી દે કે જો પ્રશિક્ષણનું પૂરી તન્મયતા, જવાબદારી અને પ્રામાણિકતાથી લાભ ન લીધું તો ડાયમંડ પદ ક્યારેય નહીં મળે કેમ કે આ જ સત્ય છે. અપલાઇનના આચરણનું પણ ડાઉનલાઇન પર જબરદસ્ત સીધો પ્રભાવ પડે ચે. જો અપલાઇન પ્રશિક્ષણ પ્રત્યે ગંભીર છે તો અડધો મામલો તો ડાઉનલાઇન ત્યાં જ સમજી જાય છે કેમ કે ડુપ્લીકેશન જ નેટવર્કિંગનો પાયો છે.

આ ઝનૂનને ફેલાવવા માટે આ ધ્યાન રાખો કે કાર્યક્રમોમાં રોચકતા અને નવાપણું રહે, ત્યારે જ આ સંભવ છે. આ કાર્યક્રમોમાં ક્યારેય કોઈને વ્યક્તિગત રૂપથી નિરાશ ના કરો, ત્યારે જ લોકો કોઈ ખચકાટ વગર આમાં ભાગ લેશે.

ડૉ. ઉજ્જવલ પાટનીના પ્રશિક્ષણ કાર્યક્રમ

ડૉ. ઉજ્જવલ પાટનીના મોટિવેશનલ પ્રશિક્ષણ કાર્યક્રમ નેટવર્ક માર્કેટિંગ, પર્સનલ સક્સેસ, બિઝનેસ સક્સેસ, પબ્લિક સક્સેસ, લીડરશિપ, પેરેન્ટિંગ અને અન્ય વિષયો પર સત્ર આયોજિત કરવામાં આવે છે. આ કાર્યક્રમોની વિસ્તૃત જાણકારી www.ujjwalpatni.com પર ઉપલબ્ધ છે. જો તમે કાર્યક્રમોની તારીખ, વિષય તેમજ સ્થાન સંબંધી જાણકારી સતત મેળવવા ઈચ્છો છો, તો ફેસબુક પર ડૉ. ઉજ્જવલ પાટનીના પેજને લાઈક કરો. ડૉ. ઉજ્જવલ પાટનીના મોટિવેશનલ પ્રશિક્ષણ કાર્યક્રમોને આયોજિત કરાવવા અથવા એમાં ભાગ લેવા હેતુ અમારો સંપર્ક કરો.

જીવનમાં સફળતા મેળવવા માટે
એકવાર આ પ્રશિક્ષણ કાર્યક્રમોમાં જરૂર ભાગ લો.
અમારું વચન છે કે
તમારા જીવન જીવવા અને વેપાર કરવાની રીતોમાં
ક્રાંતિકારી બદલાવ આવશે.

ફોન - 92293-86002, 70241-34100

ડૉ. ઉજ્જવલ પાટની - સંક્ષિપ્ત પરિચય

ડૉ. ઉજ્જવલ પાટની પ્રખ્યાત આંતરરાષ્ટ્રીય લેખક, મોટિવેશનલ સ્પીકર તેમજ કૉર્પોરેટ ટ્રેનર છે. આંતરરાષ્ટ્રીય સ્તર પર સો શહેરોમાં દસ લાખથી વધારે પ્રતિભાગી ડૉ. પાટનીના સેમિનારોમાં ભાગ લઈ ચુક્યાં છે. એમને ૨૦૧ હેતુ ''ટૉપ ટેન ગ્લોબલ ઇન્ડિયન થિંકર્સ''ની પ્રતિષ્ઠિત સૂચીમાં સ્થાન મળ્યું છે. તેઓ ભારતના સર્વાધિક સફળ મોટિવેશનલ લેખક તેમજ વક્તાઓમાંથી એક છે.

પ્રસિદ્ધ કૃતિઓ

પાવર થિંકિંગ, જીત યા હાર - રહો તૈયાર, સફલ વક્તા સફલ વ્યક્તિ, ગ્રેટ વર્ડ્સ વિન હર્ટ્સ, નેટવર્ક માર્કેટિંગ-જુડો જોડો જીતો તેમજ કિતના સચ કિતના ઝૂઠ, વગેરે સાત લોકપ્રિય કૃતિઓ બાર ભાષાઓમાં અઢારથી વધારે દેશોમાં વાંચવામાં આવે છે. તે વિશ્વવિદ્યાલયોમાં પાઠ્યક્રમનો હિસ્સો છે.

મુખ્ય રાષ્ટ્રીય સન્માન (૧૫ પ્રતિષ્ઠિત પુરસ્કાર)

ત્રણ ગિનીજ વિશ્વ રેકૉર્ડ - ૨૦૦૫, ૨૦૧૨, ૨૦૧૪
પં. સુંદર લાલ શર્મા સાહિત્ય અલંકરણ - ૨૦૧૦
બેસ્ટ કૉર્પોરેટ ટ્રેનર ઑફ ઇન્ડિયા (એમ.ટી.સી. ગ્લોબલ-૨૦૧૪)
લાઇફ ટાઇમ ઍચિવમેન્ટ ઍવૉર્ડ (જેસીસ ૨૦૧૦)
રાષ્ટ્રીય કમલ પત્ર (૨૦૦૬)

મીડિયા

ડૉ. ઉજ્જવલ પાટનીને વ્યક્તિગત તેમજ ટીમ ઉપલબ્ધિઓ હેતુ ભારતના ટોચના ટીવી ચેનલ તેમજ સમાચાર પત્રોમાં સતત ફીચર કરવામાં આવે છે. ઉજ્જવલ પાટની નામની મોબાઇલ ઍપ્પ તથા પોતાના ફેસબુક પેજના માધ્યમથી દર અઠવાડિયે ''ધ ઉજ્જવલ પાટની શૉ'' લાખો લોકો સુધી પહોંચે છે.